சமூகவெளியின் சிறுநூல் வரிசை - 03

இலங்கையில் பௌத்தமும் தேசியவாதமும்

கணநாத் ஒபயசேகரவின் ஆய்வுகள் குறித்த ஓர் அறிமுகம்

க.சண்முகலிங்கம்

சமூகவெளி படிப்பு வட்டம்
யாழ்ப்பாணம்

பொருளடக்கம்

பதிப்புரை 03

பகுதி – I

முன்னுரை 07

1. பௌத்த சமய சீர்திருத்த இயக்கமும் புரட்டஸ்தாந்திய பௌத்தத்தின் தோற்றமும் 10
2. பத்தினித் தெய்வ வழிபாடும் சிங்கள பௌத்தப் பண்பாடும் 19

பகுதி – II

முன்னுரை 29

3. துட்டகைமுனுவின் வீரவரலாறும் அதன் புராணவியல் முக்கியத்துவமும் 32
4. மகாவம்சமும் சிங்கள பௌத்த அடையாள உருவாக்கமும் 37
5. சிங்கள பௌத்த அடையாள வலியுறுத்தலும் அநகாரிக தர்மபாலவின் வரலாற்று வகிபாகமும் 45

உசாத்துணை நூல்கள் 72

நூல் தரவு

தலைப்பு	-	இலங்கையில் பௌத்தமும் தேசியவாதமும் கணநாத் ஒபயசேகரவின் ஆய்வுகள் குறித்த ஓர் அறிமுகம்.
நூலாசிரியர்	-	க.சண்முகலிங்கம்
உரிமை	-	ஆசிரியருக்கு
பக்கம்	-	72 பக்கங்கள்
விலை	-	ரூபா 300/=
அச்சகம்	-	கீதா பப்ளிகேசன் தொ.பே.இல. : 0777-350088
விற்பனை உரிமை	-	மா.மோகனகிருஷ்ணன் 11/8 பண்டாரிக்குளம் மேற்கு ஒழுங்கை, நல்லூர் வடக்கு, யாழ்ப்பாணம். தொ.பே.இல. : 0778164639
ISBN	-	978-624-95202-0-2

2

பதிப்புரை

"இலங்கையில் பௌத்தம்" என்னும் விடயம் குறித்துச் சிந்தனையைத் தூண்டுவனவும், ஆய்வுலகின் கவனத்தை ஈர்த்தனவுமான நூல்களையும், பல ஆய்வுக்கட்டுரைகளையும் எழுதிய பேரறிஞராக கணநாத் ஒபயசேகர விளங்குகிறார். அவரது சிந்தனைகளை தமிழ் வாசகர்களுக்குப் பயன்படக் கூடிய வகையில், இலகு தமிழ் நடையில் இச்சிறுநூல் எடுத்துக் கூறுகிறது.

1970 களில் கணநாத் ஒபயசேகர "புரட்டஸ்தாந்திய பௌத்தம்" என்ற சர்ச்சைக்குரிய கருத்தை முன்வைத்தார். பிரித்தானியர் ஆட்சிக்காலத்தில் பௌத்த சமயத்தின் கோட்பாடுகளிலும் நடைமுறைகளிலும் ஒரு பெருமாற்றம் நிகழ்ந்தது; கிராமப்புற மக்களின் மரபுவழிப் பௌத்தத்தில் இருந்து வேறுபட்ட இயல்புடையதான, நகரம் சார்ந்த மத்திய வகுப்பின் மதமாக பௌத்தம் உருமாற்றம் பெற்றது; உருமாற்றம் பெற்ற பௌத்தத்தை "புரட்டஸ்தாந்திய பௌத்தம்" என்று வருணிக்கலாம் என்றார் ஒபயசேகர. இவ்வாறு தோற்றம் பெற்ற புதிய பௌத்தம் சனங்களின் சாமிகள், வழிபாடுகள், சடங்குகள் என்பன, பௌத்தத்தின் அடிப்படைகளுக்கு அந்நியமானவை எனக் கருதலாயிற்று. ஒபயசேகர அவர்களின் "பத்தினித் தெய்வ வழிபாடு" பற்றிய பெரும் படைப்பு சிங்கள பௌத்தர்கள் மத்தியில் செல்வாக்குப் பெற்றிருந்த நாட்டார் சமய நடைமுறைகள் பற்றி ஆய்வாளர்களின் கவனத்திற்கு கொண்டு வந்தது. இதன்மூலம் புதிய பௌத்தத்திற்கும், நடைமுறைப் பௌத்தத்திற்கும் இடையிலான இடைவெளியை அவர் எடுத்துக் காட்டினார்.

19 ஆம் நூற்றாண்டில் தோற்றம் பெற்ற சமய சீர்திருத்த இயக்கம் சிங்கள - பௌத்தர் என்ற அடையாளத்தை வலியுறுத்தியது. "நாடு, தேசியம், சமயம்" என்ற உணர்வையும் சிங்கள மக்கள் மனத்தில் அது ஆழமாகப் பதித்தது. துட்டகைமுனு, வட்டகாமினி அபயன் போன்ற வரலாற்று வீரபுருஷர் களைச் சுற்றிப் புனைவுகளைக் கட்டமைத்தது. சிங்கள பௌத்த தேசியவாதக் கருத்தியல் கடந்த காலத்தையும், நிகழ்காலத்தையும் இணைத்துக் காட்டி தொடர்பறாத சிங்கள பௌத்த மரபுரிமை பற்றிப் பேசியது, ஒபயசேகராவின்

ஆய்வுகள் இக்கருத்தியலின் சிக்கல்களையும், முடிச்சுக்களையும் அவிழ்த்து கட்டுடைப்புச் செய்தன.

பௌத்த சீர்திருத்த இயக்கத்தின் தலைமையை ஏற்று அதனை வழி நடத்திய ஆளுமைகளுள் அநகாரிக தர்மபால முதன்மை இடம் பெறுகிறார். அநகாரிக தர்மபாலவின் தனிநபர் நிலைப்பட்ட ஆளுமைச் சிக்கல்களை உளவியல், சமூக உளவியல் கோட்பாடுகளின் துணையுடன் ஒபயசேகர ஆராய்ந்தார். சிங்கள பௌத்த சமூகம் எதிர்கொண்ட சமூக பண்பாட்டுச் சிக்கல்களுக்கான தீர்வாக அநகாரிக தர்மபால முன்வைத்த கருத்துக்களுக்கும், அவரது ஆளுமைச் சிக்கல்களுக்கும் இடையிலான தொடர்புகளை அவர் பகுப்பாய்வு செய்தார். ஆய்வுலகில் பயனுள்ள விவாதங்களைத் தொடக்கி வைத்தார். இவை யாவும் கணநாத் ஒபயசேகரவை, ஆளுமை மிக்க பொதுக்கள ஆய்வறிவாளர் (Public Intellectual) என்ற நிலைக்கு உயர்த்தின.

புரட்டஸ்தாந்திய பௌத்தம், பத்தினி வழிபாடு, சிங்கள பௌத்த தேசியவாதம், ஆளுமைமிக்க பௌத்த தலைவர் அநகாரிக தர்மபால என்னும் ஒன்றோடொன்று தொடர்புடைய நான்கு விடயங்கள் பற்றிக் குவிமையப்படுத்தும் இச்சிறுநூல், கணநாத் ஒபயசேகரவின் சிந்தனைகளை தெரிந்து கொள்வதற்கான ஒரு திறவுகோல் போன்று அமைகிறது.

சமூகவெளி படிப்பு வட்டத்தின் இவ்வெளியீட்டிற்கு தமிழ் கல்வியா ளர்கள், புலமையாளர்கள், வாசகர்கள் ஆதரவு தந்து எம்மை ஊக்குவிப்பர் என்பது எமது நம்பிக்கை.

சமூகவெளி படிப்பு வட்டம்

யாழ்ப்பாணம்

பகுதி – I
இருநூல்களின் அறிமுகம்

க.சண்முகலிங்கம்

முன்னுரை	7
1. பௌத்த சமய சீர்திருத்த இயக்கமும் புரட்டஸ்தாந்திய பௌத்தத்தின் தோற்றமும்	10
2. பத்தினித் தெய்வ வழிபாடும் சிங்கள பௌத்த பண்பாடும்	19

முன்னுரை

பகுதி ஒன்றில் இரு கட்டுரைகள் உள்ளடக்கப்பட்டுள்ளன. முதலாவது கட்டுரை ஆய்வாளர்களால் இனம் காணப்பட்ட புதிய பௌத்தம் (New Buddhism) என்னும் தோற்றப்பாட்டை விளக்குவதாக உள்ளது. புதிய பௌத்தம் என்னும் இவ்விடயத்துடன் தொடர்புடைய பெருநூல் "நிலைமாற்றம் பெற்ற பௌத்தம்; இலங்கையில் சமயமாற்றம்" என்பதாகும். இரண்டாவது கட்டுரை கணநாத் ஒபயசேகரவின் இன்னொரு பெரும் படைப்பான "பத்தினி வழிபாடு" (The Cult of Goddess Pattini) என்பதன் அறிமுகமாக உள்ளது.

இலங்கையில் 19 ஆம் நூற்றாண்டின் பிற்பகுதியிலும், 20 ஆம் நூற்றாண்டின் முற்பகுதியிலும் புதிய பௌத்தம் தோன்றியது. இதன் தோற்றத்தை "நிலைமாற்றம்" என்ற எண்ணக்கரு மூலம் விளக்கலாம். இலங்கையின் மரபுவழிப் பௌத்தத்தில் இருந்து வேறுபட்ட இயல்புகளை உடைய பௌத்தம் இவ்வரலாற்றுக் கட்டத்தில் தோன்றியது. புதிய பௌத்தத்தின் தோற்றத்தை இலங்கையின் சமூக வரலாற்றின் (Social History) பின்னணியிலேயே புரிந்து கொள்ள வேண்டும். கொம்பிரிட்ஜ் என்ற ஆய்வாளருடன் இணைந்து கணநாத் ஒபயசேகர எழுதிய நிலைமாற்றம் பெற்ற பௌத்தம்; இலங்கையில் சமய மாற்றம் (Buddhism Transformed : Religious Change in Ceylon) என்ற நூல் இப்புதிய பௌத்தம் பற்றிய ஆய்வாகும். கொம்பிரிட்ஜ் தேரவாத பௌத்தத்தின் 2500 வருடகால வரலாற்றைப் பற்றியும்; வெவ்வேறு காலகட்டங்களில் ஏற்பட்ட நிலைமாற்றம் பற்றியும் இன்னொரு நூலையும் எழுதினார். அந்நூலின் தலைப்பு "தேரவாத பௌத்தம்: பண்டைய வாரணாசி முதல் நவீன காலத்து கொழும்பு வரையான சமூக வரலாறு" (Theravada Buddhism a Social History From Ancient Benares to Modern Colombo) என்பதாகும்.

புரட்டஸ்தாந்திய பௌத்தம்

இலங்கையின் புதிய பௌத்தத்தை கணநாத் ஒபயசேகர 1970 இன் பிற்பகுதியில் எழுதிய கட்டுரை ஒன்றில் "புரட்டஸ்தாந்திய பௌத்தம்" என வருணித்தார்.

அ. புதிய பௌத்தம் கிறிஸ்தவத்தின் வருகையால் ஏற்பட்ட தாக்கத்தின் எதிர் விளைவு. அது இலங்கையின் பௌத்தர்களது "எதிர்ப்பு" (Protest) ஆகும்.

ஆ. இந்த எதிர்ப்பை வெளிப்படுத்திய பௌத்தர்கள் புரட்டஸ்தாந்திய கிறிஸ்தவத்தின் விழுமியங்களையும், அதன் உலக நோக்கின் சில அம்சங்களையும் உள்வாங்கிக் கொண்டனர். அது மட்டுமல்லாது கிறிஸ்தவர்கள் சமயம் பரப்புவதற்கு கையாண்ட வழிமுறைகளையும், பிரசார உத்திகளையும் பின்பற்றி தமது எதிர்ப்பியக்கத்தை நடத்தினர். இதனால் பௌத்தம் "புரட்டஸ்தாந்திய பௌத்தமாக" நிலை மாற்றம் பெற்றது.

இலங்கையின் முதலாளித்துவ வகுப்பின் தோற்றம்

பிரித்தானியர் ஆட்சியின் போது 19ஆம் நூற்றாண்டில் ஏற்பட்ட பொருளாதார மாற்றங்கள் காரணமாக முதலாளித்துவப் பொருளாதார உற்பத்தி முறை தோன்றியது. இதன் விளைவாக சிங்களவர்கள் மத்தியில் முதலாளி வர்க்கம் தோன்றியது. நகரம் சார்ந்த படித்த மத்தியதர வர்க்கமும் தோன்றியது. இப்புதிய சமூக வர்க்கங்களின் சமூக, அரசியல், பண்பாட்டு அபிலாசைகள், சமயத் தேவைகள் ஆகியனவற்றை வெளிப்படுத்துவதாகவும் புதிய பௌத்தம் விளங்கியது.

இந்நூலின் இரண்டாம் பகுதியில் இடம்பெறும் மூன்று கட்டுரைகள் இலங்கையின் பௌத்தம், அதற்கும் சிங்கள பௌத்த தேசியவாதத்திற்கும் இடையிலான உறவு என்னும் விடயத்தை ஆழமாக ஆராய்வன. அக்கட்டுரைகளில் தொகுத்துத் தரப்பட்டுள்ள கணநாத் ஒபயசேகரவின் கருத்துக்களைப் புரிந்துகொள்ள உதவக்கூடிய இன்னொரு கட்டுரையையும் பகுதி ஒன்றில் சேர்த்துள்ளோம். அது பற்றி அடுத்துக் கூறுவோம்.

பத்தினி வழிபாடு

இலங்கையின் மரபு வழிப் பௌத்தம் இந்துசமய வழிபாட்டு மரபு களையும் நாட்டார் சமய மரபுகளையும் தன்னுடன் இணைத்துக் கொண்டது, பத்தினி வழிபாடு இவ்வாறு பௌத்த சமயப் பண்பாட்டுடன் கலப்புற்ற ஒன்றாக

விளங்குகிறது. இவ்வழிபாடு கேரளத்தில் இருந்து வந்து குடியேறிய மக்களால் இங்கு கொண்டுவரப்பட்டது. இம்மக்கள் 12-14ஆம் நூற்றாண்டுகளில் இலங்கையின் மேற்கு மாகாணம், தென்மாகாணம், சப்பிரகமுவ மாகாணம் ஆகிய இடங்களில் குடியேறினர். இக்குடியேறிகள் சிங்கள மொழி பேசுவோராகவும், பௌத்தர்களாகவும் காலப் போக்கில் மாறினர். கேரளத்தில் இருந்து இலங்கைக்கு வந்து குடியேறிய இன்னொரு பகுதி மக்கள் கிழக்கு மாகாணத்தில் மட்டக்களப்புப் பிரதேசத்தில் பாணமைக்கு வடக்கே உள்ள பகுதிகளில் குடியேறினர். இங்கு வாழ்ந்து வந்த தமிழர்களுடன் கலப்புற்ற இக்குடியேறிகள் பத்தினி வழிபாட்டை (கண்ணகி வழிபாடு) கிழக்கு மாகாணத்தில் வேரூன்றச் செய்தனர். இலங்கையில் காலத்திற்குக் காலம் நிகழ்ந்த குடியேற்றங்கள், குடியேற்றங்களுடன் தொடர்புடைய புராணப் புனைவுகள் (Colonisation myths) பலபண்பாடுகளைக் கொண்ட இனக்குழுமங்களின் கலப்பும், இனக்குழும உருவாக்கமும் ஆகிய விடயங் கள் குறித்தும் புத்தொளி பாய்ச்சும் கருத்துக்களையும் விளக்கங்களையும் முன்வைப்பதாகவும் பத்தினி வழிபாடு நூல் அமைந்துள்ளது.

கணநாத் ஒபயசேகரவின் நூல் நாட்டாரியல், மானிடவியல், சமூகவியல், பௌத்த சமயம், சமூக உளவியல், வரலாறு ஆகிய பல்துறை அறிவியல்களின் சங்கமமான ஆய்வாக விளங்குகிறது.

க.சண்முகலிங்கம்

1

பௌத்த சமய சீர்திருத்த இயக்கமும் புரட்டஸ்தாந்திய பௌத்தத்தின் தோற்றமும்

19 ஆம் நூற்றாண்டில் ஏற்பட்ட மாற்றம்

19 ஆம் நூற்றாண்டு இலங்கையின் பௌத்த சமய வரலாற்றில் ஒரு திருப்பு முனையான காலம் என்று கூறலாம். அந்நூற்றாண்டின் முடிவில் சிங்கள மக்களின் ஒரு சிறு பிரிவினர் மத்தியில் புதிய இயல்புகளைக் கொண்ட பௌத்தம் ஒன்று உருவாகியிருந்தது. மரபுவழிப் பௌத்தத்தில் இருந்து வேறுபட்ட இப்பௌத்தம், நகரம்சார் மத்தியதர வர்க்கத்தின் மதமாகக் கொழும்பு நகரை மையமாகக் கொண்டு உருவானது. அக்காலத்தில் பௌத்தர்களோடு கிறிஸ்தவ மிசனரிகள் கடுமையான போட்டியில் ஈடுபட் டிருந்தனர். பௌத்தர்களிடையே உருவாகிய இப்பௌத்தத்தின் இயல்புகளை அக்காலத்தில் "அங்ளிக்கன்" திருச்சபையின் பிசுஷப்பாக இருந்தவர் அடையாளம் கண்டு "இன்று இலங்கையில் இரண்டு பௌத்தங்கள் உள்ளன" என்று குறிப்பிட்டார். அவர் இக்கூற்றைக் கூறியது 1892 ஆம் ஆண்டில் ஆகும்.

ஐரோப்பிய பண்பாட்டின் தாக்கத்திற்கு உட்படாத கிராமிய மக்களின் பௌத்தம், நகரம் சார் மத்திய வகுப்பின் பௌத்தம் என இரு பௌத்த சமயங்கள் உள்ளன என்பதே அவர் கூற்றின் உட்பொருளாகும். இருபதாம் நூற்றாண்டில் பௌத்தம் பற்றிய முக்கியமான ஆய்வுகளை வெளியிட்ட பெர்செட் (Berchert) கித்சிறிமலல்கொட, கணநாத் ஒபயசேகர, கொம்பிரிட்ஜ், எச்.எல்.செனவிரத்தன ஆகிய ஆய்வாளர்கள் பௌத்த சமயத்தில் ஏற்பட்ட மாற்றங்களையும், இம்மாற்றங்களின் பயனாக மரபுவழிப் பௌத்தத்தில்

இருந்து வேறுபட்ட இயல்புகளையுடைய புதிய பௌத்தம் நகரம் சார்ந்த மத்தியதர வகுப்பினரிடம் தோன்றியிருப்பதனையும் தம் ஆய்வு நூல்கள், கட்டுரைகள் மூலம் வெளிப்படுத்தினார்கள். இப்பௌத்தம் ஆய்வாளர்களால் 'புதிய பௌத்தம்' (New Buddhism), பௌத்த நவீனத்துவம் (Buddhist Modernism) 'புரட்டஸ்தாந்திய பௌத்தம்' (Protestant Buddhism) எனப் பலவாறாக அழைக்கப்பட்டது. சில ஆய்வாளர்கள் இதனை அரசியல் பௌத்தம் (Political Buddhism) என்றும் குறிப்பிட்டார்கள். புதியது, நவீனமானது, சீர்திருத்த எதிர்ப்பு தன்மையுடையது (Protestant) "அரசியல் சார்ந்தது" ஆகிய அடைமொழிகளை இணைத்து மேற்குறித்த ஆய்வாளர்கள் 19ஆம் நூற்றாண்டில் நடைபெற்ற புகழ் பெற்ற பாணந்துறை விவாதம் (1873) என்ற நிகழ்வுக்குப் பிந்திய காலத்தின் சமய எழுச்சியையும், சமூக பண்பாட்டு மாற்றங்களையும் விபரித்தனர். இவ் ஆய்வுகளில் கொம்பிரிட்ஜ் மற்றும் கணநாத் ஒபயசேகர எழுதிய "Buddhism Transformed : Religous change in Ceylon" (1988) என்னும் நூல் பௌத்த சமயத்தில் ஏற்பட்ட மாற்றங்களை 'புரட்டஸ்தாந்திய பௌத்தம்' (Protestant Buddhism) என்ற தொடரால் விபரித்தது. நவீன காலத்தில் பௌத்தத்தில் ஏற்பட்ட மாற்றங்களை விளக்கும் இவ் எண்ணக்கருவை விளக்குவதும், இவ் எண்ணக்கருவின் துணையுடன் 19ஆம் 20ஆம் நூற்றாண்டுகளில் இலங்கையில் ஏற்பட்ட சமய மாற்றங்களின் பின்னணியை விளக்குவதும் எனது இக்கட்டுரையின் நோக்கமாகும். இக்கட்டுரையை எழுதுவதற்கு நான் பிரதான உசாத்துணை யாக கொம்பிரிட்ஜ் எழுதிய 'தேரவாத பௌத்தம் பண்டைய வாரணாசி முதல் நவீன கொழும்புவரையான சமூக வரலாறு' (Theravada Buddhism : A Social history from Ancient Benares to Modern Colombo - 2014) என்ற நூலைப் பயன்படுத்தியுள்ளேன். குறிப்பாக இந்நூலின் 8ஆவது அத்தியாயம் (பக் 171 - 196) புரட்டஸ்தாந்திய பௌத்தம் (Protestant Buddhism) என்னும் தலைப்பில் இவ்விடயங்களை மிகவும் தெளிவான முறையில் சுருக்கிக் கூறுகிறது. கொம்பிரிட்ஜ், ஒக்ஸ்போர்ட் பல்கலைக்கழகத்தில் பௌத்த கற்கைகளுக்கான நிறுவனத்தின் முன்னாள் பணிப்பாளராவார். 1976 - 2004 காலப்பகுதியில் அவர் ஒக்ஸ்போர்ட் பல்கலைக் கழகத்தின் சமஸ்கிருதப் பேராசிரியராகவும் பணியாற்றினார். கணநாத் ஒபயசேகரவின் மாணவரான கொம்பிரிட்ஜ் 1988 இல் கணநாத் ஒபயசேகர அவர்களுடன் இணைந்து மேற்குறித்த 'நிலைமாற்றம் பெற்ற பௌத்தம்: இலங்கையில் சமய மாற்றம்' (Buddhism Transformed: Religious Change in Ceylon) என்ற நூலையும் எழுதினார்.

புரட்டஸ்தாந்திய பௌத்தம் என்ற எண்ணக்கருவை முதன் முதல் அறிமுகம் செய்தவர் கணநாத் ஒபயசேகர அவர்களே ஆவர். 1970 களில் அவர் எழுதிய கட்டுரை ஒன்றில் இவ்விடயம் பற்றி விளக்கப்பட்டது. பின்னர் இக் கருத்தைப் பயன்படுத்தி கித்சிறி மலல்கொடவும் 1976 இல் தாம் எழுதிய நூலில் விளக்கங்கள் தந்துள்ளார் என்பதையும் இவ்விடத்தில் குறிப்பிடுதல் வேண்டும்.

புரட்டஸ்தாந்திய பௌத்தம் வரைவிலக்கணம்

'புரட்டஸ்தாந்திய பௌத்தம்' என்ற தொடரை அறிமுகம் செய்த கணநாத் ஒபயசேகர அத்தொடரில் உள்ள 'Protest' (எதிர்ப்பு) என்ற சொல்லை பௌத்தத்தின் அடைமொழியாக சேர்த்துக் கூறிய போது, அதில் உள்ளடங்கியுள்ள இரு விடயங்களை எடுத்துக் காட்டினார்.

1. மெகட்டுவத்தே குணானந்த தேரர், அநகாரிக தர்மபால போன்றவர்களின் பௌத்த சமய எழுச்சி இயக்கம் கிறிஸ்தவத்திற்கு எதிரான 'Protest' (எதிர்ப்பு) ஆகும்.

2. அவ்வாறு தோன்றிய பௌத்த எதிர்ப்பு இயக்கம், இலங்கையின் மரபு வழிப் பௌத்தத்தின் எதிர்ப்பாக, அதன் மறுதலிப்பாகவும் இருந்தது.

இவ்விரு காரணங்களாலும் நவீன சீர்திருத்த பௌத்தம் 'புரட்டஸ்தாந்திய பௌத்தம்' ஆக விளங்கியது. அடிப்படையான இந்த வரைவிலக்கணத்துடன் ஆரம்பிக்கும் இவ்விவாதம் அநகாரிக தர்மபால தலைமையிலான பௌத்த சீர்திருத்தவாதம், கிறிஸ்தவம் கையாண்ட அதே வழிமுறைகளைக் கையாண்டு, கிறிஸ்தவத்தை எதிர்த்துப் பிரசார இயக்கங்களை நடத்தியதோடு, கிறிஸ்தவ விழுமியங்களையும், மேற்கத்தைய பண்பாட்டு அம்சங்களையும் கூட உள்வாங்கிக் கொண்டு புரட்டஸ்தாந்திய பௌத்தமாக உருமாற்றம் பெற்றதென கணநாத் ஒபயசேகர விளக்கினார். கொம்பிரிட்ஜ் உடன் சேர்ந்து ஒபயசேகர எழுதிய புகழ்பெற்ற நூல் இக் கருத்தை விரிவாகப் பல கோணங்களிலும் விளக்கியது.

ஒல்கொட் வருகை

19 ஆம் நூற்றாண்டில் பௌத்த சமய சீர்திருத்தம் இரண்டு காரணிகளால் தூண்டுதல் பெற்றது. அவற்றுள் முதன்மையானது அமெரிக்கரான ஒல்கொட் அவர்களின் வருகையாகும். இவர் 1990 ஆம் ஆண்டு இலங்கை வந்தார். இவர் இலங்கைக்கு வரு முன்னரே இந்திய சமயங்களில் ஈடுபாடு

காட்டினார். இவர் 1875 ஆம் ஆண்டில் அமெரிக்காவில் 'தியோசோபிக்கல் சொசைட்டி' (பிரம்மஞான சங்கம்) என்ற அமைப்பை தொடங்கியவர்களில் ஒருவராவர். அமெரிக்க உள்நாட்டு யுத்தத்தில் பங்குபற்றிய இராணுவ வீரர் ஆகிய இவர் ஓய்வுபெற்ற பின் ஆத்மிகவாதியாகி கிழக்கத்தைய தேச சமயங்களில் ஈடுபாடு கொண்டவராகவும், கிறிஸ்தவத்தின் எதிரியாகவும் செயற்பட்டார். பாணந்துறை விவாதத்தைப் பற்றி அறிந்து கொண்ட இவர் 1890 ஆம் ஆண்டில் கொழும்புக்கு வந்தார். இவர் பௌத்தத்தின் கிறிஸ்தவ மத எதிர்ப்பு நடவடிக்கைகளுக்கு உதவினார். பௌத்த தியோசோபிக்கல் சபை (BTS) கொழும்பில் தலைமையகத்தை அமைத்தது. அநகாரிக தர்மபால இச் சபையின் முக்கிய பொறுப்புக்களை ஏற்றுச் செயற்பட்டார். ஒல்கொட் - பிளவாட்ஸ்கி அம்மையார் போன்ற தியோசோபிஸ்டுகளை கித்சிறி மலல்கொட என்ற ஆய்வாளர் "மிசனரி எதிர்ப்பு மிசனரிகளான (Anti - Missionary Missionaries) தியோசோபிஸ்டுகள்" என்று மிகப் பொருத்தமான தொடரால் வருணித்தார். தியோசோபிஸ்டுகளின் எதிர்ப்பு நடவடிக்கைகளில் அத்தகைய தீவிரம் வெளிப்பட்டது. அது மட்டுமல்லாமல் புரட்டஸ்தாந்திய மதத்தின் பிரசார உத்திகளை புரட்டஸ்தாந்திய கிறிஸ்தவச் சூழலில் இருந்து வந்த தியோசோபிஸ்டுகள் பிரயோகித்ததோடு, இலங்கையின் பௌத்தர்களுக்கு தலைமைத்துவத்தையும் வழங்கினர்.

ஒல்கொட் வருகை என்பது முதன்மையான தூண்டுதல் என்றால் இரண்டாவதான இன்னொரு தூண்டுதலும் பௌத்த சீர்திருத்தவாதத்திற்குத் துணையாக அமைந்தது என்பதையும் கொம்பிரிட்ஜ் போன்ற ஆய்வாளர்கள் எடுத்துக் காட்டினர். 19 ஆம் நூற்றாண்டின் பிற்பகுதியில் கோப்பிச் செய்கையும், அதனைத் தொடர்ந்து வளர்ச்சி பெற்ற தேயிலைத் தோட்டப் பொருளாதார முறையும் மிக அடிப்படையான சமூக பொருளாதார மாற்றங்களை ஏற்படுத்தின. இதன் பயனாக சிங்கள - பௌத்தர்கள் மத்தியில் செல்வந்தர்களான முதலாளிகள் உட்பட உயர் தொழில்களில் உள்ளோர், மத்தியதர வர்க்கத்தினர் எனப் பல பிரிவினர்களையும் உள்ளடக்கிய படித்த நகரம் சார் வர்க்கங்கள் உருவாகின. ஒல்கொட் தலைமையிலான பௌத்த சீர்திருத்தவாதிகள் விதைத்த கருத்துக்கள் படித்த மத்திய தரவர்க்கம் என்ற வளமான நிலத்தில் விழுந்த வித்துக்கள் போன்று அமைந்தன. இம்மத்தியதர வர்க்கத்தின் எழுச்சி இல்லாமல் நவீன பௌத்தமாகிய புரட்டஸ்தாந்திய பௌத்தம் உருப்பெற்றிருத்தல் முடியாது.

சீர்திருத்தவாத இயக்கத்தின் பிரசார உத்திகள்

புரட்டஸ்தாந்திய கிறிஸ்தவர்களும், கத்தோலிக்கர்களும் தமது மதம் பரப்பும் பணியில் மூன்று சாதனங்களை மிகவும் திறமையான முறையில் கையாண்டனர்.

1. பாடசாலைகளை அமைத்து ஆங்கிலக் கல்வி என்ற தூண்டுதலை வழங்கி மக்களை மதம் மாற்றினர்.
2. அச்சுயந்திராலைகளை நிறுவி சமயப் பிரசாரத்திற்கென பைபிளையும் ஏராளமான பிறநூல்களையும் சிங்கள மொழியிலும், ஆங்கிலத்திலும் அச்சிட்டு விநியோகித்தனர்.
3. நிறுவனக் கட்டமைப்புக்களை உருவாக்கி கிறிஸ்தவத்திற்கு மாறிய சிங்களவர்களை ஒன்று திரட்டி திருச்சபையின் தலைமைத்துவத்தின் கீழ் அணிதிரட்டினர்.

மேற்குறித்த மூன்று வழிமுறைகளையும் 1860 க்கு முற்பட்ட காலத்தில் கிறிஸ்தவ மிசனரிகளே தமது ஏகபோக உரிமையாக வைத்திருந்தனர். அதனால் கிறிஸ்தவ பாதிரிகளிடையே அசாத்தியமான துணிச்சலும், உற் சாகமும் காணப்பட்டது. 1873 இல் பாணந்துறையில் நடைபெற்ற விவாதத்தில் கிறிஸ்தவர்கள் முதலாவது தடவையாகத் தோல்வியடைந்தனர். விவாத மேடையில் பேச்சுத் திறமையாலும், வாதத் திறமையாலும் வெற்றி கொள் வதில் மட்டும் திருப்தியடையாத பௌத்த தலைவர்கள் 1. பாடசாலைகள் 2. அச்சுயந்திரம் 3. நிறுவனக்கட்டமைப்புகள் என்ற மூன்றையும் சிறப்பாகக் கையாண்டு கிறிஸ்தவ மிசனரிகளைத் திகைப்படைய வைத்தனர். கிறிஸ்தவர்கள் உபயோகித்த கருவிகளை பௌத்தர்களும் உபயோகித்தனர் என்பதால் மட்டும் பௌத்தம் புரட்டஸ்தாந்திய பௌத்தமாகியது என்பது மிகை எளிமைப்படுத்திய கூற்றாகவே முடியும். புதிய பௌத்தத்தின் வடிவங்களை கொண்டு அதனை மதிப்பீடு செய்தல் தவறு. வடிவத்தோடு, அதன் உள்ளடக்கத்தையும் பார்த்தல் வேண்டும். உருவத்திலும், உள்ளடக்கத்திலும் மத்தியதர வகுப்பினரிடையே தோன்றிய பௌத்தம் புரட்டஸ்தாந்திய பௌத்தமாக இருந்தது. அது மரபுவழிப் பௌத்தத்தின் (Traditional Buddhism) மறுதலிப்பாகவும் இருந்தது.

புதிய பௌத்தப் பண்பாடு

புதிய பௌத்தம் மரபுவழிப் பௌத்தத்திற்கு மாறான புதிய பண்பாட்டையும், அற விழுமியங்களையும் உருவாக்கியது. எழுச்சிபெறும் புதிய

மத்தியதர வர்க்கத்தின் வாழ்க்கைக்கு ஏற்றதான அற விழுமியங்களாகப் புதிய பௌத்தத்தின் அறநெறி அமைந்தது. மக்ஸ்வெபர் என்ற சமூகவியலாளரால் முன்வைக்கப்பட்ட புரட்டஸ்தாந்திய அறம் (Protestant Ethic) என்ற எண்ணக்கரு புதிய பண்பாட்டை விளக்கக்கூடியது. ஆய்வாளர்கள் இவ் எண்ணக்கருவையும், அதனோடு இணைந்த பல கருத்துச் செறிவுள்ள சொற்களையும், சொற் தொடர்களையும், சீர்திருத்த பௌத்தமாகிய புதிய பௌத்தத்தின் பண்பாட்டை விளக்குவதற்கு உபயோகித்தனர். அவற்றைப் பின்வருமாறு தொகுத்துக் கூறலாம்.

I. புரட்டஸ்தாந்திய அறம்

இவ்வுலகில் வாழ்ந்து கொண்டே, நல்லொழுக்கத்தைக் கடைப்பிடித்து வாழ்பவன் நற்கதியை அடைவான். இறைவன் அவனை இரட்சிப்பார் என்று புரட்டஸ்தாந்திய கிறிஸ்தவம் போதித்தது. நற்கதியை அடைவதற்குரிய வழி, இவ்வுலக வாழ்வைத்துறத்தல் அன்று, இவ்வுலகில் வாழ்ந்து கொண்டே துறவு வாழ்க்கையை வாழுதலே ஆகும். விடாமுயற்சி, சிக்கனம், புலனின்பங்களில் அளவுக்கு மீறிய ஈடுபாடு கொள்ளாதிருத்தல், நேர்மை ஆகியன விரும்பத்தக்க அறவிழுமியங்களாகப் போற்றப்பட்டன. கடவுள் மறுப்புக் கொள்கையுடைய பௌத்தம் 'நிர்வாணம் பிறவித் துன்பத்தில் இருந்து நீங்குதல்' என்ற இலட்சியங்களை போற்றுவது. சீர்திருத்தவாத பௌத்தம் உலகியல் வாழ்க்கைக்கு அவசியமான அறக் கருத்துக்களையே போதித்தது. புதிதாகத் தோன்றிய மத்தியதர வகுப்பின் ஆன்மிகத் தேவைகளுக்குப் பொருத்தமான சமயப் பண்பாட்டை இது உருவாக்கியது. இப் பண்பாடு மேற்கத்தைய புரட்டஸ்தாந்தியத்தின் இயல்புகளை தன்னகத்தே சேர்த்தும் கொண்டது.

II. இவ்வுலக வாழ்க்கைசார் துறவு (This Worldly Asceticism)

சீர்திருத்த பௌத்தம் இவ்வுலக வாழ்க்கைசார் துறவு என்ற கருத்தை அடிப்படையாகக் கொண்டது. மரபுவழிப் பௌத்தம் துறவிகளுக்கான ஒழுக்க விதிகளை (விநய) கூறியது. சமயிகளிற்கு (Laity) வேண்டிய ஒழுக்க நெறிகள் பற்றி அது அதிக அக்கறை கொள்ளவில்லை. சீர்திருத்த பௌத்தம் தனிமனிதனுக்கான சமய ஒழுக்க விதிகளை வகுத்தது.

III. சமயத் தனிமனிதவாதம்

ஒவ்வொரு மனிதனும் தனக்குரிய ஆன்மிக முன்னேற்ற வழியைத் தானே தேர்ந்து கொள்ள வேண்டும் என்ற கருத்து நவீன பௌத்தத்தில்

மேலோங்கிய கருத்தாகும். இதனைச் சமயத் தனிமனிதவாதம் என்று கூறலாம்.

IV. சமயத் தூய்மைவாதம்

மரபுவழிப் பௌத்தம், பௌத்த சமயத்திற்கு அந்நியமான இந்துக் கடவுளர்களின் வழிபாட்டு முறைகளை இணைத்துக் கொண்டதாய் விளங்கியது. சீர்திருத்தப் பௌத்தம் இந்து மதக்கலப்பற்ற தூய்மைவாதத்தை ஆதரித்தது. பௌத்த தேரவாதப் பிரிவின் ஒழுக்க நெறிகளையும் போதித்தது. பில்லி, சூனியம், பேய் ஓட்டும் சடங்குகள் பௌத்த சமயத்திற்கு அந்நியமானவை என்ற கருத்து தூய்மை வாதிகளால் பரப்பப்பட்டது. மரபுவழிப்பட்ட குடியான் சமூகத்தின் (Traditional Peasant Society) சமயத்தில் இருந்துவந்த மூடத்தனமான சடங்குகளையும், பழக்கவழக்கங்களையும் படித்த மத்தியதர வர்க்கப் பௌத்தர்கள் பௌத்தத்திற்கு அந்நியமானவை எனக் கருதினர். நகரம் சார் படித்த வகுப்பின் பௌத்த தூய்மைவாதம் சமய அடிப்படைவாதத்தின் (Fundamentalism) அம்சங்களையும் கொண்டது என்பதும் கருத்திற் கொள்ளப்பட வேண்டியது.

இலங்கையின் முதலாளித்துவத்தின் எழுச்சியும் புதிய சமயப் பண்பாடும்

பௌத்த மதசீர்திருத்த இயக்கத்திற்கு நிதி உதவியும், வேறு பல வழிகளிலும் ஆதரவு கொடுத்தவர்கள் கரையோர மாகாணங்களில் புதிதாக எழுச்சிபெற்ற முதலாளித்துவ வகுப்பினராவர். இப் புதிய முதலாளித்துவ வகுப்பை வர்த்தக முதலாளிகள் வகுப்பு என்றே அடையாளம் காணலாம். சாராயக் குத்தகை வியாபாரம், சாராயம் வடித்தல், கைத்தொழில் ஒப்பந்த வேலைகள், காரியச் சுரங்கத் தொழில் உள்ளூர் வர்த்தகம் போன்ற பல தொழில்களில் ஈடுபட்ட உயர்நிலை பெற்ற வர்த்தகர்களான முதலாளி வகுப்பினர் பௌத்த சமய சீர்திருத்த இயக்கத்தின் பின்னணியில் செயற்பட்டனர். கரையோர மாகாணங்களில் 18 ஆம் நூற்றாண்டில் கண்டியின் சியாம் நிகாய பிரிவைச் சேர்ந்த அஸ்கிரிய மல்வத்தைப் பீடங்களின்றும் வேறுபட்ட அமரபுர நிகாய, ராமண்ய நிகாய என்பன தோற்றம் பெற்றன. இப் பிரிவுகள் கொவிகம சாதியினரின் சியாம் நிகாயவில் இருந்து வேறுபட்ட சாதிகளைச் சேர்ந்தவர்களின் பௌத்த நிகாயங்களாக இருந்தன. கராவ, சலாகம, துராவ என்னும் மூன்று சாதிகள் இப் புதிய நிகாயங்களின் சமூகத் தளமாக அமைந்தன. புதிய வர்த்தக வகுப்பினர்களில் கணிசமான

எண்ணிக்கையினர் இம் மூன்று சாதிகளில் இருந்து தோன்றியவர்களாக இருந்தனர். புதிய பௌத்தத்தின் விழுமியங்களும், சமயக் கருத்தியலும் புதிய முதலாளித்துவத்தின் உலக நோக்குக்கு (World view) ஏற்றதாக அமைந்தது. பாடசாலைகளை நிறுவுதல், பத்திரிகைகளை ஆரம்பித்துச் சமயப் பிரசாரத்தை நடத்துதல், புத்தகயாவை இந்துக்களின் பிடியில் இருந்து மீட்டெடுத்து புனர்நிர்மாணித்தல். அநுராதபுரத்தின் பௌத்த விகாரைகளைப் புனரமைத்தல் போன்ற செயற்பாடுகளை பின்னின்று இயக்கியவர்கள் சிங்கள வர்த்தக சமூகத்தினரேயாவர். ஓல்கொட் தொடக்கிவைத்த பௌத்த தியோசோபிக்கல் சபையும் வர்த்தக முதலாளித்துவப் பிரிவினரின் ஆதரவைப் பெற்று வளர்ச்சி பெற்றது. 19 ஆம் 20 ஆம் நூற்றாண்டின் பௌத்த சமய சீர்திருத்த இயக்கத்தை “வர்த்தகம், சமயம் என்ற இரண்டினதும் கலப்பான” விடயம் எனச் சமூகவியலாளர்கள் விபரித்துள்ளனர். 1956 இல் எஸ். டபிள்யூ. ஆர்.டி. பண்டாரநாயக்க தலைமையில் ஆட்சிப் பொறுப்பை ஏற்ற அரசாங்கம், வர்த்தகம் + சமயம் + அரசு என்ற புதிய சமன்பாட்டை உருவாக்கியது.

அநகாரிக தர்மபால

19 ஆம் 20 ஆம் நூற்றாண்டுகளின் பௌத்த சமய சீர்திருத்த இயக்கத்தில் மிக முக்கியமான வகிபாகத்தைப் பன்முக ஆளுமைமிக்கவரான அநகாரிக தர்மபால பெறுகின்றார். இவரது தந்தையார் டொன் கரோலிஸ் ஹேவவித்தாரண தளபாட உற்பத்தியாளரும் வர்த்தகரும் ஆவர். பெரும் செல்வம் படைத்த குடும்பப் பின்னணியில் தோன்றிய தர்மபால தம் வாழ்வை சிங்கள பௌத்தர்களின் முன்னேற்றத்திற்காக அர்ப்பணித்தார். தியோசோபிக்கல் சபையின் நடவடிக்கைகளில் ஆரம்பத்தில் தன்னை முழுமையாக ஈடுபடுத்திய தர்மபால, ஓல்கொட் உடன் முரண்பாடு கொண்டவராய் அவ்வியக்கத்தில் இருந்து வெளியேறி தாம் அமைத்த மகாபோதி சங்க நடவடிக்கைகளில் தம் முழுக் கவனத்தையும் செலுத்தினார். இவரது சகோதரர்களான எட்மண்ட் ஹேவவித்தாரணவும், டாக்டர் சீ.ஏ.ஹேவவித்தாரணவும் மதுவிலக்கு இயக்கத்தில் தீவிர பங்கெடுத்தனர். எட்மண்ட் ஹேவவித்தாரண 1915 இல் பௌத்த - முஸ்லிம் கலவரத்தின் போது கைதுசெய்யப்பட்டு சிறையில் அடைக்கப்பட்டிருந்த வேளை, காய்ச்சல் நோயினால் மரணத்தைத் தழுவினார்.

அநகாரிக தர்மபாலவின் வாழ்வும், பணிகளும் வகிபாகமும் தனியாக ஆராயப்பட வேண்டியவை. பௌத்த சமய சீர்திருத்த இயக்கத்திற்குச் “சிங்கள - பௌத்த தேசியவாதம்” என்ற பரிமாணத்தை வழங்குவதிலும், புதிய

பௌத்தத்தை அரசியல் பௌத்தமாக வடிவமைப்பதிலும் அநகாரிக தர்மபால முக்கிய பங்காற்றினார் என்பதை இங்கு குறிப்பிடுதல் பொருத்தமானது.

முடிவுரை

இலங்கையின் பௌத்த சீர்திருத்த இயக்கத்தின் விளைவாக ஏற்பட்ட மாற்றங்கள் புதிய பௌத்தம் (New Buddhism) என பெர்செட் என்ற ஆய்வாளரால் அடையாளம் காணப்பட்டது. கணநாத் ஒபயசேகர அதனை புரட்டஸ்தாந்திய பௌத்தம் என வரையறை செய்தார். கொம்பிரிட்ஜ் மற்றும் ஒபயசேகர ஆக்கமான "நிலைமாற்றம் பெற்ற பௌத்தம்: இலங்கையில் சமய மாற்றம்" (1988) என்ற நூல் இக் கருத்தை விரிவாக ஆராய்ந்து விளக்குவதாக உள்ளது. கித்சிறி மலல்கொட, எச்.எல்.செனிவிரத்தின, ஸ்டான்லி தம்பையா ஆகியோரும் கவனிப்புக்குரிய ஆய்வுகளை எழுதினர். புரட்டஸ்தாந்திய பௌத்தம் நவீனமானது. "அரசியல் சார்ந்தது" என்ற அடைமொழிகளாலும் அழைக்கப்பட்டது. 21 ஆம் நூற்றாண்டில் இலங்கையின் அரசியல் செல்நெறியில் மிக முக்கிய வகிபாகத்தைப் பெறும் சிங்கள - பௌத்த தேசியவாதம் என்ற தோற்றப்பாட்டை அதன் வரலாற்றுப் பின்புலத்தில் புரிந்து கொள்வதற்கு மேற்குறித்த ஆய்வாளர்களின் ஆய்வு நூல்களும், கட்டுரைகளும் உதவக்கூடியன. தமிழில் இவை பற்றிப் பேசப்படவேண்டும் எழுதப்படவேண்டும். அதனால் தமிழ் அறிவுலகில் சமகால சமூக அரசியல், பண்பாட்டு விடயங்களைப் பற்றிய அறிவு விருத்தியாகும்.

ஆதாரம்:

1. Gombrich Richard F.
Theravada Buddhism : A Social History from Ancient Benares to Modern Colombo. 2nd Edition, Oxford (2014)

2. Gombrich Richard F. and Obeyesekere Gananath (1988)
Buddhism Transformed: Religious Change in Ceylon.

2
பத்தினித் தெய்வ வழிபாடும் சிங்கள பௌத்த பண்பாடும்

பண்பாட்டு வேர்களைத் தேடுதல்

பத்தினித் தெய்வ வழிபாடு (The cult of Goddess Pattini) என்ற பெயரில் 629 பக்கங்கள் கொண்ட பெருநூலை மானிடவியலாளர் கணநாத் ஒபயசேகர 1984 ஆம் ஆண்டு வெளியிட்டார். அந்நூல் சிக்காகோ பல்கலைக்கழக வெளியீடாக அமைந்தது. அவ்வேளை அவர் பிரின்ஸ்டன் பல்கலைக் கழகத்தில் மானிடவியல் துறையின் தலைவராக இருந்தார். இலங்கையின் மேற்கு தெற்கு. மத்திய மாகாணங்களில் சிங்களவர் மத்தியிலும் கிழக்கு மாகாணத் தமிழர்களிடையேயும் பெருவழக்காக இருக்கும் இவ்வழிபாடு பற்றி அவர் விரிவான கள ஆய்வுகளைச் செய்தார். ஆங்கில இலக்கியத்தைச் சிறப்புப் பாடமாகப் படித்துப் பட்டம் பெற்ற கணநாத் ஒபயசேகர மானிடவியல் துறையில் தீவிர அக்கறையோடு ஈடுபடத் தொடங்கினார். இந்நூலின் நூ ன்முகத்தில் அவர் கூறியிருப்பவை அவரின் புலமை ஆளுமையின் குண இயல்புகளை நன்கு விளங்கிக் கொள்ள உதவக் கூடியன.

"1955 ஆம் ஆண்டு இலங்கைப் பல்கலைக் கழகப் பட்டதாரியாக நான் வெளிவந்தேன். பேராதனையில் நான் படித்த காலத்தில் எனது தலைமுறையைச் சேர்ந்த மாணவர்கள் பலரைப் போன்று, எனது தனிநபர் அடையாளம் யாது? சமூக அடையாளம் யாது? என்பன பற்றி அறிந்து கொள்ள ஆவல் கொண்டேன். நான் எனது சொந்த ஊரைவிட்டு சிறுபிள்ளையாக இருந்த காலத்திலேயே வெளியேறி, கொழும்பிலும் பின்னர் கண்டியிலும் வாழ்ந்து

வந்தேன். பாடசாலை விடுமுறைக் காலத்தில் நான் எனது கிராமத்திற்குப் போயிருக்கிறேன். ஆனால் நான் எனது பிறந்த ஊரின் சமூக இருப்பின் (Social Existence) பாகமாக, அதனோடு இணைந்தவனாக, ஒருபோதும் இருக்க முடியவில்லை. மேற்கு, தெற்கு மாகாணங்களின் பெரும்பாலான கிராமங்களைப் போன்றே எனது கிராமமும் உள்வந்த பண்பாடுகளை இணைத்துக் கொள்ளும் செயல்முறையின் (Acculturation) தாக்கத்திற்கு உட்பட்டிருந்தது. மனோரதிய தேடல் உணர்வால் உந்தப்பட்ட நான் கிராமத்தின் உண்மையான வாழ்வை உள்ளபடி அறிந்து கொள்வதற்காக வார இறுதி நாட்களிலும் பல்கலைக் கழக விடுமுறையின் போதும், வட மத்திய மாகாணத்தின் ஒதுக்குப் புறமான கிராமங்களுக்குப் போய், அங்கு சுற்றித் திரிந்து, நாட்டார் பாடல்களையும், கிராமத்துப் புராண ஐதீகக் கதைகளையும் சேகரித்தேன். கிராமப் பண்பாடு பற்றிய தெளிவான புரிதல் நோக்கி நான் பயணிப்பதையும், எனது அந்நியமாதலில் இருந்து நான் விடுதலை பெறலாம் என்பதையும் உணர்ந்தேன். (ஆனால் அந்நியமாதலில் இருந்து விடுதலை பெறுதல் இயலாத பயனற்ற முயற்சி என்பதை விரைவில் உணர்ந்து கொண்டேன்)"

(நூன்முகம் பக் XV)

பத்தினி வழிபாடு

பத்தினி வழிபாடும் அதனோடு இணைந்த சடங்குகள் தொடர்பாகவும் பல்வேறு மரபுகள் இருந்து வந்தன. அவற்றுள் பிரதானமானவையான ஆறு மரபுகளை தெரிந்து கள ஆய்வினை தாம் 1956 ஆம் ஆண்டில் நடத்தியதாக கணநாத் கூறுகிறார். கள ஆய்வுக்காக அவர் தேர்வு செய்த பகுதிகள் கரையோரப்பகுதி (மேற்கு மாகாணமும், தெற்கு மாகாணமும்), சப்பிரகமுவ. மாத்தளை, சீனிகம, உறுபொக்க, இரத்தினபுரி ஆகிய ஆறு பகுதிகளாகும். இவ் இடங்களின் பெயர்களால் அறியப்பட்ட ஆறு மரபுகளின் விரிவான கள ஆய்வு பத்தினி வழிபாடு பற்றிய ஆழமான அறிவைப் பெற்றுக் கொள்ள அவருக்கு உதவியது.

இலங்கையில் பத்தினித் தெய்வத்தின் பிரதான கோவில் றூவன்வெலவில் (சப்பிரகமுவ) நவகமுவ என்ற இடத்தில் உள்ளது. இன்று இத்தேவாலயம் பௌத்த மடாலயம் ஒன்றின் பகுதியாக உள்ளது. தேவாலயத்தோடு, பௌத்த மடாலயம் பிற்காலத்தில் இணைக்கப்பட்டிருக்க வேண்டும். நவகமுவவில் பத்தினித் தெய்வத்திற்குரிய ஆண்டுத் திருவிழா இப்போது வர்த்தக மயப்படுத்தப்பட்ட முறையில் பெருவிழாவாக நடை பெறுகிறது. பத்தினி தேவாலயத்தின் பூசாரி கப்புறால என அழைக்கப்படுவார்.

இவ்வழிபாட்டுடன் தொடர்புடைய பிரதான சடங்கு "ஹம்மடுவ" எனப்படும். "ஹம்" என்றால் கிராமம் என்றும் "மடுவ" என்றால் மண்டபம் என்றும் பொருள். கிராமத்து மண்டபத்தில் மக்கள் கூடி நடத்தும் சடங்குதான் ஹம்மடுவ சடங்கு. இது அறுவடை முடிந்த பின் நடத்தப்படும் அறுவடைச் சடங்கு ஆகும். ஆண்டு தோறும் நடத்தப்படும் ஹம்மடுவ, நோய், வரட்சி போன்ற பொதுவான இடர்களில் இருந்து நீக்கம் பெறவும் நடத்தப்படும், தனிப்பட்ட ஒரு குடும்பம் அல்லது நபரின் நோய், துன்பம் என்பனவற்றின் நீக்கத்திற்கா கவும் ஹம்மடுவ நடத்தப்படுவதுண்டு. அச்சடங்கு ஒரு குடும்பத்தோடு அல்லது தனி நபரோடு தொடர்புடையதாயின் ஆண்டுச் சடங்கு போன்று விஸ்தாரமானதாக இல்லாது சுருங்கிய வடிவில் நிகழ்த்தப்படும்.

கண்டிப் பகுதியில் பத்தினி வழிபாடு

கரையோரப் பகுதிகளிலும், சப்பிரகமுவவிலும் கிராமத்தின் பிரதான தேவதையாகப் பத்தினி போற்றப் படுகிறாள். கண்டிப்பகுதியில், பத்தினி காவல் தெய்வமாக கருதப்படுகிறது. கண்டி இராச்சியத்தின் அரசுச் சடங்குகளின் பாகமாக அமைந்துள்ள நான்கு காவல் தெய்வங்கள் உள்ளன. இவை விஷ்ணு, நாத, ஸ்கந்த (கத்தறகம) பத்தினி என்பனவாகும். இந்நான்கு கடவுளரின் தேவாலயங்களையும் கூட்டாக "ஹத்தற தேவாலய" (நான்கு தேவாலயங்கள்) என அழைப்பர். கண்டியில் பிரதான பத்தினி தேவாலயம் உள்ளது. இத்தேவாலயத்துடன் சடங்கு முறையில் தொடர்புபட்ட பத்தினி தேவால யங்கள் பல கண்டிப் பகுதியில் உள்ளன. இவற்றுள் "ஹங்குரன்ஹெட்ட", மாத்தளையின் "அன்பொக்க" ஆகியன முக்கியம் வாய்ந்தவை. கண்டிப் பகுதியில் பல சிறிய பத்தினித் தேவாலயங்களும் உள்ளன.

கிராமியத் தெய்வம் என்ற நிலையில், கண்டியில் பத்தினித் தெய்வத்தினை பிரதான கிராமத் தெய்வமாகக் கொள்ள முடியாது. கண்டியின் கிராமங்களில் நிகழ்த்தப்படும் வழிபாட்டுச் சடங்கு "கொஹம்ப கங்கரிய" எனப்படும் இச்சடங்கு கூட்டமாகப் பல கிராமியத் தேவதைகளுக்காக நடத்தப்படுகிறது. "கொஹம்பதெய்யோ" என்ற தெய்வம் "யக்கு" எனவும் அழைக்கப்படும். இதனை விட "தொளகதெய்யோ" (பன்னிரண்டு தெய்வங்கள்) என்று அழைக்கப்படும், பன்னிரண்டு தெய்வங்கள் உள்ளன. இவற்றுள் ஒன்றின் பெயர் "கிரி அம்மா" (பால்தாய்). கிரி அம்மா தெய்வம் கண்டியில் பத்தினியின் இடத்தை பெறுகிறது. கண்டி அரசுடன் இணைந்த பௌத்த சமயமரபில் பத்தினி புத்த சமயத்தையும், அரசையும் காவல் செய்கின்ற காவல்

தெய்வமாக விளங்குகிறது. அங்கு பத்தினி வழிபாடு அரசுசார் சடங்கியலின் பாகமாக உள்ளது. கிரி அம்மா நாட்டார் சமய வழிபாடாக உள்ளது.

கப்புரால

தேவாலயச் சடங்குகளைச் செய்பவர் கப்புரால என அழைக்கப் படுவார். கப்புராலவிற்கும் பௌத்த சமயத் துறவிகளான பிக்குகளிற்கும் இடையில் முக்கிய வேறுபாடுகள் சில உள்ளன. பௌத்த பிக்கு ஒருவர் ஒருபோதும் ஹம்மடுவ போன்ற தேவதைச் சடங்குகளை நடத்துவதில்லை. அச்சடங்குகளின் போது சமூகமாகி இருப்பதும் இல்லை. கப்புரால சாதாரண பௌத்தர்களில் ஒருவராக இருப்பார். நவகமுவ பத்தினி தேவாலயம் பௌத்த மடாலயம் ஒன்றுடன் சேர்ந்திருப்பது ஒரு விதிவிலக்கு. பாலத்தோட்ட, கஹட்டதுவ ஆகிய பத்தினி தேவாலயங்களும் இவ்வாறு பௌத்த மடாலயங்களுடன் இணைந்து காணப்படுகின்றன. கரை நாட்டிலும், சப்பிரகமுவவிலும் கப்புரால, தேவாலயங்களின் பூசாரிகளாக உள்ளனர். இவர்கள் இப்பகுதிகளின் மேலாதிக்க சாதியான கொவிகம சாதியைச் சேர்ந்தவர்களாய் இருப்பர். கரையோரப் பகுதிகளின் கராவ, சலாகம கிராமங்களின் கப்புராலாக்கள் கராவ, சலாகம சாதியினராக இருப்பர். பேய், பிசாசு, ஆவிகள் ஆகியவற்றின் பூசாரிகள் கட்டாடிரால எனப்படுவர். கண்டி மாகாணத்தின் ஒதுக்குப் புறமான கிராமங்களில் கப்புரால வேலையைச் செய்பவர்களே. கட்டாடிரால வேலைகளையும் செய்கின்றனர். பத்தினி தேவாலயப் பூசகர்களாக உள்ள கப்புரால ஆண்களாகவே உள்ளனர். பெண்கள் பூசகர்களாக இருக்கும் வழக்கம் முற்காலத்தில் இருந்தது. அது இப்போது மறைந்து வருகிறது. கப்புரால பூசாரி குடும்பங்கள் ஒன்றோடொன்று திருமண உறவுகளால் தொடர்புடையவனவாக உள்ளன. இவ்வேலை பரம்பரைத் தொழிலாக உள்ளது. கப்புரால உருவந்து ஆடுதல், பேயோட்டுதல் ஆகிய சடங்குகளைச் செய்வதில்லை. இவை கட்டாடிராலாக்களின் தொழிலாகும். பத்தினி போன்ற தெய்வங்கள் “நல்ல” தெய்வங்கள். அவை ஒருவரின் உடலுக்குள் புகுந்து அவரை உருவரச் செய்து ஆடப் பண்ணுவதில்லை. கப்புராலவும் “நல்ல” தெய்வங்களின் பூசகர் ஆதலால் அவர் இப்பணிகளைச் செய்வதில்லை. மத்திய மாகாணங்களின் கிராமப்புறங்களில் மட்டும் கப்புரால, கட்டாடிராலவின் பணிகளையும் ஆற்றுவார். ஆயினும் கண்டி நகரில் உள்ள பத்தினி தேவாலயம் போன்ற தேவாலயங்களின் பூசாரிகள் கட்டாடிராலவின் பணிகளைச் செய்வதில்லை.

தூய்மையும் துடக்கும்.

பத்தினி தெய்வம் "தூய்மை"யுடைய தெய்வம். அத் தெய்வத்தின் ஆலயத்தின் பூசாரியான கப்புராலவும் தூய்மையைக் கடைப்பிடிக்க வேண்டும். துடக்கை ஏற்படுத்தும் புலால் உணவு, மதுபானம் என்பன விலக்கப்பட்டவை. இந்து சமயத்தின் வழிவரும் "தூய்மை" என்ற கருத்து தேவாலயத்தின் கப்புராலவின் ஒழுக்க விதிகளின் பின்னணியில் உள்ளது. ஆயினும் இன்று இவை இலட்சியங்களே. நடைமுறை வாழ்க்கையில் இவற்றைக் கடைப்பிடிப்பவர்கள் மிகவும் குறைந்த எண்ணிக்கையினரே. ஆயினும் "கம்மடுவ" காலத்தில் கப்புராலவும், கிராமத்தவர்களும் தூய்மை யைக் கடைப்பிடிக்கின்றனர். பிள்ளைப் பேறு, மரணம் ஆகியன 'கில்லி' எனப்படும் துடக்கை ஏற்படுத்தும். மாதவிலக்கில் உள்ள பெண்களும் துடக்கு உடையவர்கள். கிராமத்தில் மரணம் நிகழ்ந்தமை காரணமாக 'கம்மடுவ' சடங்கை துடக்கு நீக்கம் வரை ஒத்திப் போடுவதுண்டு. இது 'சமுதாயம்' (Community) முழுமையும் துடக்குடன் தொடர்புடைய குடும்பத்தோடு பிரிக்க முடியாத பிணைப்பை உடையது என்பதை எடுத்துக் காட்டுகிறது.

'ஆதுர' - கூட்டு வழிபாட்டுக் குழுவும், நோயாளிகளும்

கம்மடுவ சடங்கில் பங்கு பெறும் கிராமத்தவர் ஒவ்வொருவரும் கூட்டு வழிபாட்டுக் குழுவின் (Congregation) உறுப்பினராக விளங்குகிறார். கம்மடுவ சடங்கு 'நோயாளிகளை' பீடித்த நோய்களையும், தோஷங்களையும் நீக்கும் சடங்கு ஆகும். ஆகையால் அச் சடங்கில் பார்வையாளராக இருப்போரும் நோயாளியாகவே பங்கேற்கின்றனர். கூட்டு வழிபாட்டுக் குழு + நோயாளி என்ற இரண்டு அர்த்தங்களையும் உள்ளடக்கிய கருத்தே 'ஆதுர' என்ற சொல்லால் சுட்டப்படுகிறது. நாட்டார் சமயத்தின் இவ்வுலக (This Worldly) அக்கறைகளை இது எடுத்துக் காட்டுகிறது. பௌத்த சமயத்தின் அப்பால் உலக (Other Worldly) அக்கறைகளில் இருந்து இது வேறுபட்டது. சிங்கள கிராமிய சமூக வாழ்க்கையில் கப்புரால, பிக்கு ஆகிய இருவரதும் வகிபாகம் வேறுபட்ட இயல்புகளையுடையது.

சடங்குகளை நடத்தும் நபர்கள்

கம்மடுவ சடங்கில் கப்புரால முக்கிய பங்கினைப் பெறுகிறார். 'பெரவ' சாதியினரான மேளம் அடிப்போர் சடங்கின் போது மேளம் அடிப்பார்கள். 'ரதவ' என்று அழைக்கப்படும் துணி வெளுக்கும் சாதியினர் சடங்கிற்குத் தேவையான சுத்தமான துணிகளை வழங்குவர். 'நவண்டன' (ஆசாரி)

கப்புகளை வெட்டி நடுவதற்குரிய கத்திகளை வழங்குவார். 'கும்பல்' (குயவர்) குடம், பானை ஆகியவற்றை வழங்குவார். இன்று நவண்டன, கும்பல் என்ற இரு சாதியினரதும் சடங்கியல் முக்கியத்துவம் கிராமங்களில் குறைந்து வருகிறது. கிராமத்தவர்களும் சடங்குகளில் உதவி ஆட்களாகப் பங்குபற்றுவர். 'வட்டாண்டி' என்ற உதவியாளர்கள் கொம்பு முறிப்புச் சடங்கில் (அங்கிலிய) முக்கிய பங்கேற்பர்.

நாட்டார் இலக்கியமும், நாட்டார் சமயமும்

ஒரு நாட்டார் சமயத்திற்கு இணையான நாட்டார் இலக்கிய மரபும் இருப்பதுண்டு. சிங்கள சமூகத்தில் பத்தினி வழிபாட்டோடு தொடர்புடைய நாட்டார் இலக்கியம் 35 பாடல் தொகுப்புகள் ('பந்திஸ் கொல்முற' - Thirty five song books) வடிவில் உள்ளது. கப்புரால பூசாரிகள் இப்பாடல் தொகுப்புக்களை நன்கு கற்றவர்களாகவும், அவற்றின் படியான சடங்குகளை நிகழ்த்தும் தொழில்முறை நிபுணத்துவம் மிக்கவர்களாகவும் உள்ளனர். கிராமத்து மந்திரவாதிகளுக்கும் பேயோட்டுச் சடங்குகளை நிகழ்த்து பவர்களுக்கும், கப்புராலவிற்கும் உள்ள வித்தியாசத்தை கணநாத் ஒபயசேகர மக்ஸ்வெபர் மேற்கோள் ஒன்றை எடுத்துக் கூறிவிளக்குகிறார். அம்மேற் கோளில் (பக் 22) உள்ள கருத்துக்களை எளிமைப்படுத்திய மொழிபெயர்ப்பாகக் கீழே தந்துள்ளேன்.

i. மந்திரவாதியும் பூசகரும் பல அம்சங்களில் வேறுபாடு உடையவர்கள்.

ii. பூசகர் தொழில்சார் நிபுணத்துவ அறிவை உடையவர்.

iii. பூசகரிடம் திட்டவட்டமான தெளிவான கிரியை ஒழுங்கும், கொள்கையும் இருக்கும்.

iv. பூசகர் தொழில் முறையான பயிற்சித் தகுதிகளை உடையவராய் இருப் பார்.

v. மந்திரவாதிகள், தீர்க்கதரிசனம் கூறுவோர் போன்றவர்கள். தம்மிடம் உள்ள ஆளுமைக் கவர்ச்சியால் அற்புதங்களை நிகழ்த்தவும் அருள் வாக்குக் கூறவும் வல்லவர்கள்.

சிங்கள பௌத்தர்களால் வழிபடப்படும் நாத, விஷ்ணு, கத்தரகம (ஸ்கந்த) தெய்வங்களோடும் பிற நாட்டார் தெய்வங்களோடும் தொடர்புடைய நாட்டார் இலக்கியங்கள் பல உள்ளன. மேலும் பத்தினி தொடர்பான '35 பாடல் தொகுப்புக்கள்' ஒப்பீட்டளவில் வரையறையான ஒழுங்கமைப்பு உடையவை

என அவற்றின் சிறப்பை ஒபயசேகர எடுத்துக் காட்டுகிறார். ஒபய சேகரவின் நூலின் இரண்டாம் பாகம் இப்பாடல் தொகுப்புக்களில் இருந்து பல பகுதிகளை ஆங்கிலத்தில் மொழி பெயர்ப்பாகத் தருவதோடு, விரிவான விளக்கங்களையும் தருவதாக உள்ளது. கிழக்கு மாகாணத் தமிழர்களின் கண்ணகி வழிபாட்டோடு தொடர்புடைய நாட்டார் இலக்கியங்கள் இரண்டு உள்ளன. அவை (i) கண்ணகி வழக்குரை (ii) கண்ணகி அம்மன் குளிர்த்திப் பாடல்கள். இவை இரண்டையும் பற்றி விரிவான குறிப்புகளை நூலின் 15ஆவது அத்தியாயத்தில் நூலாசிரியர் தந்துள்ளார். ‘கண்ணகி வழக்குரை’ பண்டிதர் வீ.சி.கந்தையா அவர்களால் 1965ஆம் ஆண்டில் பதிப்பித்து வெளியிடப்பட்டது என்பது குறிப்பிடத்தக்கது.

முடிவுரை

கணநாத் ஒபயசேகரவின் பெரு நூலைப் பற்றி ஒரு சிறிய அறிமுகமாகவே இக்கட்டுரை அமைகிறது. பத்தினித் தெய்வ வழிபாட்டோடு தொடர்புடைய சடங்குகள், கதைகள், பாடல்கள் பற்றிய விபரிப்பை, 15 அத்தியாயங்களில் 620 க்கு மேற்பட்ட பக்கங்களில் எழுத வேண்டுமா, அதன் நடைமுறைப் பயன் என்ன என்று வாசகர் மனதில் ஓர் ஐயம் தோன்றலாம். நாட்டார் சமயம் பற்றிய ஆய்வுகளை இருவகையாகப் பிரிக்கலாம். நிகழ் காலத்தில் ஒரு சமயச் சடங்கு எவ்வாறு நிகழ்த்தப்படுகிறது, அது சார்ந்த கதைகள், பாடல்கள் என்ன கூறுகின்றன என்று எழுதுவதை விவரணை முறை ஆய்வு என்பர். முதலாவது வகை ஆய்வு இம்முறையில் அமைவது. இம்முறை விபரிப்பை 'Synchronic study' என்ற கலைச் சொல்லால் மானிடவியலாளர்கள் குறிப்பிடுவர். இன்னொரு வகை ஆய்வு வரலாற்று முறை ஆய்வு ஆகும். இதனை மானிடவியலாளர்கள் 'Diachronic study' என அழைப்பர். கணநாத் ஒபயசேகரவின் ஆய்வு இரண்டாவதான வரலாற்று முறை ஆய்வாகும். அவ்வாய்வு விவரணை முறையை உள்ளடக்கியதே ஆயினும் அங்கு முதன்மை பெற்றிருப்பது வரலாற்று ஆய்வாகும். 12 - 14 ஆம் நூற்றாண்டுகளில் கேரளத்தில் இருந்து வந்த மக்கள் இலங்கையின் மேற்கு மாகாணம், தென்மாகாணம், சப்பிரகமுவ மாகாணம், ஆகிய இடங்களில் குடியேறினார்கள். கொழும்பு முதல் கிழக்கு மாகாணத்தில் பாணமை வரையாக உள்ள கடற்கரைப் பகுதியில் இக் குடியேற்றங்கள் நிகழ்ந்தன. இவ்வாறு குடியேறியவர்களால் கொண்டு வரப்பட்ட பண்பாடே பத்தினி வழிபாடு.

கேரளத்தில் இருந்து குடியேறிய இன்னொரு பிரிவினர் பாணமைக்கு வடக்கே உள்ள கிழக்கு மாகாணத்தில் குடியேறினார்கள். இவ்வாறு

குடியேறியவர்கள் கண்ணகி வழிபாட்டை மட்டக்களப்புப் பண்பாட்டில் வேரோடச் செய்தனர். இவ்விரண்டு குடியேற்றங்களும் சமாந்தரமாக ஏற்பட்டன. இவற்றிடையே தொடர்புகள் உள்ளன. கணநாத் ஒபயசேகரவின் பெருநூல் பத்தினி வழிபாடு பற்றிய வரலாற்று முறை ஆய்வாகும். இவ்வரலாற்று முறை ஆய்வின் பிரதான விடயம் புராணப்புனைவு உருவாக்கம் (Mythicization) பற்றியதாகும். பத்தினி வழிபாட்டை இலங்கைக்குக் கொண்டு வந்த வீர புருஷனான கஜபாகு மன்னனின் கதை ஒரு புராணப் புனைவுடன் கூடிய கதை. இக்கதையில் மறைந்திருக்கும் வரலாற்றுச் செய்திகள் எவை என ஒபயசேகர ஆராய்கிறார். கஜபாகு பற்றிய புனைவு குடியேற்றம் பற்றிய புனைவும் (Colonization Myth) ஆகும். கேரளத்தில் இருந்து வந்தோர் சிங்களப் பகுதிகளில் குடியேறி சிங்கள பௌத்தப் பண்பாட்டுடன் தம்மை ஒன்றிக் கலத்தல் (Assimilation) என்ற செயல்முறை மூலம் இணைந்தனர். பௌத்த சமய வழிபாட்டு முறைகளுள் பத்தினி தெய்வ வழிபாடு புகுந்து கொண்டது. கிழக்குக் கரையோரத்தில் குடியேறியோர் தமிழ் அடையாளத்தையும். இந்து என்ற அடையாளத்தையும் உடையவர்களாய் அங்கு கண்ணகி வழிபாட்டைப் பேணிப் போற்றினர். இவ்விரு குடியேற்றங்கள் தொடர்பான புராணப் புனைவுருவாக்கச் செயல்முறையை மானிடவியல் கோட்பாடுகளின் பின்னணியில் ஆராய்வதே ஒபயசேகரவின் நூலின் பிரதான நோக்கமாகும்.

ஆதாரம்

1. The cult of Goddess Pattini - Gananath Obeyesekere.

    The University of Chicago Press (1984)

பகுதி – II

காலமாற்றத்தின் ஊடாக சிங்கள பௌத்த அடையாளம்

(தொகுப்பும் தமிழாக்கமும்)

ஆங்கில மூலம்: கணநாத் ஒபயசேகர

தமிழில்: க.சண்முகலிங்கம்

முன்னுரை	29
3. துட்டகைமுனுவின் வீர வரலாறும் அதன் புராணவியல் முக்கியத்துவமும்	32
4. மகாவம்சமும் சிங்கள பௌத்த அடையாள உருவாக்கமும்	37
5. சிங்கள பௌத்த அடையாள வலியுறுத்தலும் அநகாரிக தர்மபாலவின் வரலாற்று வகிபாகமும்	45

முன்னுரை

கணநாத் ஒபயசேகரவின் புகழ்பெற்ற ஆக்கம் எனக் கருதப்படுவது அவர் றிச்சார்ட் கொம்பிரிட்ஜ் என்னும் அறிஞருடன் இணைந்து எழுதிய (Buddhism Transformed) "பௌத்தத்தின் நிலைமாற்றம்" என்ற நூலாகும். இந்நூல் 1988 இல் வெளியானது. இந்நூல் வெளிவருவதற்கு முன்பே பல ஆய்வுகளை நீண்ட கட்டுரைகள் வடிவில் கணநாத் ஒபயசேகர, 1970 களில் எழுதினார். அத்தகைய ஆய்வுக் கட்டுரைகளில் ஒன்றாக The Vicissitudes of the Sinhala Buddhist Identity Through Time and Change என்ற கட்டுரை அமைந்தது. இக்கட்டுரையில் கூறப்பட்ட கருத்துக்களைச் சுருக்கமாகவும், தெளிவாகவும் தமிழில் எடுத்துச் சொல்ல வேண்டும் என்ற நோக்கத்தோடு, மூன்று வெவ்வேறு தலைப்புக்களில் மூன்று கட்டுரைகளாக எழுதியுள்ளேன். இம்மூன்று கட்டுரைகளிலும் நான் தொகுத்தளித்துள்ள விடயங்கள் கணநாத் ஒபயசேகர எழுதிய வேறுபல ஆய்வுக் கட்டுரைகளிலும் விரிவாக ஆராயப்பட்டுள்ளன.

அடையாள உருவாக்கம்

முதலாவது கட்டுரை துட்டகைமுனுவின் வீரவரலாற்றையும் அதன் புராணவியல் முக்கியத்துவத்தையும் எடுத்துக் கூறுகின்றது. துட்டகைமுனுவின் வரலாற்றில் நான்கு புனைவுகள் பின்னப்பட்டுள்ளன.

1) துட்டகைமுனு போரிடச் சென்ற போது தனது ஈட்டியில் புத்தரின் உருவச் சின்னத்தைப் பொறித்திருந்தான்.

2) 500 புத்த பிக்குகள் அவனது சேனையுடன் போர்க்களத்திற்கு அணிவகுத்துச் சென்றனர்.

3) அஞ்ஞானிகளான தமிழர்களைக் கொன்றது பாவச்செயல் அன்று எனப் புத்த பிக்குகள் துட்டகைமுனுவிற்கு ஆறுதல் கூறினர்.

4) துட்டகைமுனு இறப்பின் பின்னர் சுவர்க்க லோகத்தைச் சேர்ந்தான்.

என்பனவே இப்புனைவுகளாகும். இப்புனைவுகளின் முக்கியத்துவம் பற்றி கட்டுரையின் பிற்பகுதி விளக்கிக் கூறுகின்றது.

இரண்டாம் கட்டுரை, சிங்களவர் என்ற இனக்குழும அடையாளத்தையும், பௌத்தர் என்ற சமய அடையாளத்தையும் ஒன்றிணைத்து சிங்கள பௌத்தர் என்ற அடையாளம் உருவாக்கம் பெற்றதையும், அவ்வாறான உருவாக்கத்தில் மகாவம்சத்தின் வரலாற்றுப் புனைவுகள் பெறும் பங்கினையும் எடுத்துக் கூறுகின்றது. கட்டுரையின் முற்பகுதியில் சிங்கள - பௌத்தர் என்ற அடையாளத்தில் காலனிய ஆதிக்கத்தின் தாக்கத்தால் 16ஆம் நூற்றாண்டில் ஏற்பட்ட பிளவு பற்றியும் எடுத்துக் கூறப்பட்டுள்ளது.

அநகாரிக தர்மபால

முதலிரு கட்டுரைகளோடு ஒப்பிடும் பொழுது மிக நீண்டதாக மூன்றாவது கட்டுரை அமைகிறது. இக்கட்டுரையின் பிரதான கருப்பொருள் அநகாரிக தர்மபாலவின் வாழ்வும், சிந்தனையும், பணிகளும் என்பதாகும். தர்மபாலவின் இளமைக்கால வாழ்வில் அவர் எதிர்கொண்ட அடையாளச் சிக்கல்களை, 19ஆம் நூற்றாண்டின் பிற்பகுதியிலும் 20ஆம் நூற்றாண்டின் முற்பகுதியிலும் சிங்கள - பௌத்த சமூகம் எதிர்கொண்ட அடையாளச் சிக்கல்களுடன் தொடர்புபடுத்தி விளக்குவதாக இக்கட்டுரையின் முற்பகுதி அமைகின்றது. கட்டுரையின் பிற்பகுதியில் முதிர்ச்சி பெற்ற இளைஞரான தர்மபால தனது சுய அடையாளச் சிக்கல்களுக்குத் தீர்வு காண்பதன் ஊடாக சிங்கள - பௌத்த சமூகத்தின் அடையாளச் சிக்கல்களுக்கான தீர்வையும் வழங்குவதையும் விளக்கிக் கூறுகின்றது. மூன்றாவது கட்டுரையில் ஆராயப்பட்டுள்ள விடயங்களைக் கீழ்க்கண்டவாறு தொகுத்துக் கூறலாம்.

1) தர்மபாலவின் இளமைக்கால வாழ்க்கையும் அவரது குடும்பப் பின்னணியும், உளச்சிக்கல் கொண்ட சிறுவயது வாழ்வும்.

2) அவர் இளம் வயதில் எதிர்கொண்ட அடையாளச் சிக்கல்கள் (Identity Problems)

3) தர்மபாலவின் தனிப்பட்ட அடையாள சிக்கல்களுக்கும் சிங்கள - பௌத்த சமூகம் எதிர்கொண்ட பொதுப்பட்ட அடையாளச் சிக்கல்களுக்கும் இடையிலான தொடர்பு

4) ஆளுமை மிக்க தனிநபர் ஒருவரின் அடையாளச் சிக்கல்களின் தீர்வு, முழுச் சமூகத்திற்குமான அடையாளச் சிக்கல்களின் தீர்வாக அத்தனிநபரின் சிந்தனைகள் ஊடாக வெளிப்படுதல்.

5) சிங்கள - பௌத்தர்களின் கூட்டு அடையாளத்தை (ஊழடடநஉவளைந ஜனநவெவைல) தர்மபால உருவாக்கி அவர்களின் தாழ்வுணர்ச்சியைப் போக்கி சுயமதிப்பை உயர்த்துதல்.

6) தர்மபாலவின் தலைமையில் எழுச்சி பெறும் பௌத்த சீர்திருத்த வாதம் புரட்டஸ்தாந்திய பௌத்தம் (Protestant Buddhism) என்ற வடிவத்தைப் பெறுதல் அதன் தத்துவார்த்த உள்ளடக்கத்திற்கு தர்மபாலவின் பங்களிப்பு.

7) இலங்கையின் அரசியலில் சிங்கள - பௌத்த தேசியவாதத்தின் தாக்கமும் அதன் எதிர்மறை விளைவுகளும்

கணநாத் ஒபயசேகரவின் மூலப்பிரதியில் உள்ளனவற்றை மூன்று தலைப்புக்களில் தொகுத்துக் கொண்டபோது சில விடுபடல்கள் ஏற்பட்டமை தவிர்க்க முடியாததாயிற்று. ஆகையால் வாசகர்கள் மூலப்பிரதியை படிப்பதும் எனது தொகுப்பும் தமிழாக்கமுமாக அமையும் இக்கட்டுரைகளோடு ஒப்பீடு செய்து புரிந்துகொள்ள முனைவதும் பயனுள்ளது எனக் கருதுகின்றேன்.

க.சண்முகலிங்கம்

3
துட்டகைமுனுவின் வீர வரலாறும் அதன் புராணவியல் முக்கியத்துவமும்

துட்டகைமுனு

தென்னிந்தியாவைச் சேர்ந்த சோழவம்சத்து அரசனாகிய எல்லாளன் கி.மு.2ஆம் நூற்றாண்டில் அனுராதபுரத்தைக் கைப்பற்றி ஆட்சி செய்தான். அவன் ஆட்சி 44 ஆண்டுகள் நீடித்தது. (கி.மு.145 - கி.மு.101). எல்லாளனுக்கு எதிராகப் படைதிரட்டும் முயற்சியில் துட்டகைமுனு ஈடுபட்டான். அவன் உருகுணையை ஆண்ட காவன்தீசன் என்ற அரசனின் மகனாவான். துட்டகைமுனு தமிழர்களின் மீது படையெடுத்துச் சென்று எல்லாளனைப் போரில் வென்று முழு இலங்கையையும் தனது அதிகாரத்தின் கீழ் கொண்டு வந்தான்.

மகாவம்சம் என்ற பாளிமொழி நூலில் கூறப்பட்ட கதையின் சாராம்சத்தை மேலே குறிப்பிட்டோம். துட்டகைமுனு என்ற அரசன் வாழ்ந்தான் என்பதும், அவன் எல்லாளன் மீது போர்தொடுத்து வெற்றி பெற்றான் என்பதும், துட்டகைமுனுவின் வாழ்க்கை வரலாறு பற்றிய பிரதான செய்திகளும், வரலாற்று உண்மைகள் என்பதில் ஐயமில்லை. ஆயினும் மகாவம்சம் சித்திரிக்கும் துட்டகைமுனு, புனைவான புராணத்தன்மை உள்ள கதையின் நாயகனாகவே காணப்படுகின்றான்.

இலங்கை வரலாற்றில் சிங்கள பௌத்தர் என்ற அடையாள உருவாக்கத்தினை விளங்கிக் கொள்வதற்கு துட்டகைமுனு கதையின் புராணவியல்

தன்மையினை விளங்கிக் கொள்ளுதல் அவசியம். இது குறித்து கணநாத் ஒபயசேகர எழுதும் போது மகாவம்சம் கூறும் துட்டகைமுனு - எல்லாளன் போரின் புராணவியல் முக்கியத்துவம் (Mythical significance) உடைய நான்கு புனைவுகளை எடுத்துக் காட்டுகிறார். அவை வருமாறு

1. தமிழர்களை எதிர்த்துப் போரிடச் சென்ற துட்டகைமுனு தனது ஈட்டியில் புத்தரின் உருவச்சின்னத்தைப் பொறித்திருந்தான். தமிழர்களுக்கு எதிராகப் படைதிரட்டிச் சென்ற அவன் ஆற்றுக்கு மறுகரையில் நிலை கொண்டு இருக்கும் தமிழர்களைப் போரில் வென்று பௌத்தத்திற்கு புகழைச் சேர்ப்பேன் எனச் சூழ் உரைத்தான்.

2. அவன் போர்க்களத்திற்குச் சென்றபோது 500 பௌத்த துறவிகளும் அவனுடன் அணிவகுத்துச் சென்றனர். துட்டகைமுனுவின் இப் படையெடுப்புக்கு முன்னரோ பின்னரோ இலங்கை வரலாற்றில் புத்தபிக்குகள் படையில் இணைந்து போர்க்களம் சென்றதற்கு சான்று கிடையாது என கணநாத் குறிப்பிடுகின்றார். துட்டகைமுனுவின் படைத்தலைவர்களில் ஒருவராக தேரபுத்தாபய என்ற பெயருடையவர் இருந்தார். இவர் முன்பு துறவியாக இருந்தவர். போரின் முடிவில் மீண்டும் துறவியானார்.

3. போரில் பல உயிர்கள் பலியிடப்பட்டனவே என்ற குற்ற உணர்வு மேலிட துட்டகைமுனு புலம்பினான். அவனுக்கு ஏற்பட்ட குற்றவுணர்வையும் கவலையையும் மகாபாரதத்தில் அர்ச்சுனனுக்கு ஏற்பட்ட சஞ்சலத்திற்கு ஒப்பிடலாம். இந்துப் புராணத்தில் வரும் கிருஷ்ணரின் கீதா உபதேசம் போன்று துட்டகைமுனுவிற்கு புத்தபிக்குகள் ஆறுதலும் அறிவுரையும் கூறுகின்றனர். போரில் கொல்லப்பட்ட தமிழர்களான அஞ்ஞானிகள் விலங்குகளுக்கு நிகரானவர், அவர்கள் அரை மனிதர்கள், அவர்களைக் கொன்றதற்காக மனம் கலங்காதே என்று அவனுக்கு ஆறுதல் கூறப்பட்டது. துட்டகைமுனுவின் நற்செய்கையால் பௌத்தத்தின் புகழ் நிலை நாட்டப் பெற்றது என்பதை புத்தபிக்குகள் அவனுக்கு உணர்த்தினர்.

4. துட்டகைமுனு இறந்தபின் அவன் சுவர்க்கலோகத்தில் துஸித என்ற இடத்திற்குப் போய்ச் சேர்ந்தான். அங்கு புத்தர் நிலையை எய்திய மைத்திரேயரைச் சென்றடைந்தான்.

இலங்கையின் வரலாற்று நூல்களில் போரை வெளிப்படையாகவே நியாயப் படுத்தியதற்கும், மனித உயிர்களைப் பலியிட்டதற்கு கவலைகொள்ள வேண்டியதில்லை என்று கூறியதற்கும் இதுபோன்ற வேறு உதாரணங்கள் இல்லை என கணநாத் ஒபயசேகர குறிப்பிடுகின்றார். மகாவம்சத்தின் இக்கருத்து பௌத்த தர்ம சாத்திர நூல்களிற்கு முற்றிலும் மாறானது. அதனை பகவத்கீதையுடன் ஒப்பிடலாமே ஒழிய புத்த தர்ம சாத்திரங்கள் கொண்டு நியாயப்படுத்த முடியாது.

துட்டகைமுனுவின் போர்க்கள வெற்றிகளை மகாவம்சம் விரித்து உரைக்கின்றது. இவ் விபரங்களை சிங்கள மக்கள் மறந்து போயிருக்கலாம். ஆனால் சிங்கள இனத்தையும் பௌத்தத்தையும் பாதுகாத்துப் பெருமை சேர்த்த மாவீரன் துட்டகைமுனு என்ற எண்ணத்தை மகாவம்சம் சிங்கள மக்கள் மனதில் ஆழமாக வேரூன்றச் செய்தது. தமிழர்கள் சிங்களவரினதும், பௌத்தத்தினதும் எதிரிகள் என்ற கருத்தை விதைப்பதற்கு துட்டகைமுனு பற்றிய புனைவுகள் அண்மைக்காலத்தில் அரசியல்வாதிகளால் உபயோகிக்கப்பட்டன.

இலங்கையில் பௌத்தம் பரவியபோது சிங்கள பௌத்தர்களின் நாடு இது என்ற உணர்வை ஏற்படுத்தும், நிறுவன அமைப்புக்களும் உருவாக்கப்பட்டன. இந்தியாவில் அசோக மன்னன் ஆட்சி செய்த காலத்தில் ஒரு தூதுக்குழு இலங்கையில் இருந்து அங்கு சென்றது. புத்தர் ஞானம் பெற்ற நிகழ்வோடு தொடர்புடைய புனித அரச மரத்தின் கிளை ஒன்று இங்கு கொண்டு வரப்பட்டு அனுராதபுரத்தில் நாட்டப்பட்டது. அப்புனித மரம் இன்று வரை அங்கு இருப்பதும், போற்றி வணங்கப்பட்டு வருவதும், புத்தரின் மதம் இலங்கையில் நிலைபெற்று இருப்பதன் அடையாளச் சின்னம் ஆகும். புத்தரின் தாடை எலும்பும், பிச்சாபாத்திரமும் இங்கு கொண்டு வரப்பட்டு பாதுகாத்து வழிபடப்பட்டன. எலும்பு தூபராம தாதுகோபத்தில் வைக்கப்பட்டது. பிச்சா பாத்திரம் அரசனின் அரண்மனையில் வைக்கப்பட்டுப் பூசிக்கப்பட்டது. இப்புனித சின்னங்கள் இலங்கைக்கு கொண்டு வரப்பட்டதன் முக்கியத்துவம் இலங்கையின் சிங்கள மக்களிடையே வளர்ச்சி பெற்ற இரு கருத்துக்களின் மூலம் தெளிவாகின்றது.

1. புத்தர் இலங்கைக்கு வருகை தந்ததன் மூலம் இந்நாட்டைப் புனிதப் படுத்தினார். பின்னர் அவரது புனிதச் சின்னங்களை இங்கு கொண்டு வந்து வைத்திருப்பதனால் புத்தரின் பிரசன்னம் இங்கு உள்ளது. அவர் இலங்கையில் எங்கும் வியாபகமாய் இருந்து அருள்பாலித்து வருகிறார்.

இப்புனிதச் சின்னங்கள் வைக்கப்பட்டு வழிபாடு செய்யப்படும் இடங்கள் பௌத்தர்களின் புனித யாத்திரைக்குரிய தலங்களாக உள்ளன.

2. புத்தரின் புனித சின்னங்களான எலும்பும் பிச்சா பாத்திரமும் அரசனின் இறைமையோடு தொடர்புற்றனவாய் அரச அதிகாரத்திற்கு வலுச்சேர்க்கும் சின்னங்களாகவும் விளங்கின. பிச்சா பாத்திரம் அரசனின் அரண்மனையில் பாதுகாப்பாக வைக்கப்பட்டு பூசிக்கப்பட்டது. காலப்போக்கில் பிச்சாபாத்திரத்தின் இடத்தை புனித தந்தம் பெற்றுக் கொண்டது. அரசுரிமையைப் பெற்றவன் இப் புனித சின்னத்தை தன் பொறுப்பில் வைத்துப் பேணிப்பாதுகாக்க வேண்டும். அதனை இழக்காத வரை தனது அரசுரிமைக்கு ஆபத்து இல்லை என்ற பாதுகாப்பு உணர்வு அரசனிற்கு உறுதுணையாக இருந்தது.

புனித சின்னமான புனித தந்தம் புத்தரின் பிரசன்னத்தையும் குறியீட்டு வடிவில் வெளிப்படுத்தியது. அத்தோடு அச்சின்னம் சிங்கள அரசர்களின் இறைமையையும் சட்டப்படியான அரசுரிமையையும் குறிப்பதாயும் அமைந்தது. காலப்போக்கில் மூன்றாவது அம்சம் ஒன்றும் இவற்றுடன் இணைந்தது. அரசனின் ஆட்சியுரிமை தெய்வத்தின் ஆணையின் படியானது என்ற தெய்வீக உரிமைக் கோட்பாட்டின் சிங்கள பௌத்த வடிவம் என இதனைக் கூறலாம். இக்கருத்தியல் அரசனை "பௌத்தத்தின் காவலன்" ஆக்கியது.

மேலே கூறியவற்றை பின்வருமாறு சுருக்கிக் கூறலாம்.

1. துட்டகைமுனு எல்லாளனுடன் போரிட்டபோது பௌத்த மதத்திற்கு புகழ் சேர்ப்பதற்காக போரிட்டான். அவனுடன் 500 பிக்குகள் அணிவகுத்துச் சென்றனர். போரில் அஞ்ஞானிகளான தமிழர்களைக் கொன்றமை கழிவிரக்கம் கொள்ள வேண்டிய செயல் அன்று, அவன் இறப்பின் பின் சுவர்க்கத்தை அடைந்தான் என்பன மகாவம்ச ஆசிரியரால் எடுத்துரைக்கப்படும் புனைவுகளாகும். இப் புனைவுகளின் துணையுடன் சிங்கள - பௌத்த கருத்தியல் உருவாக்கம் பெற்றது.

2. துட்டகைமுனு பௌத்தத்திற்குப் பெருமை சேர்த்த மாவீரன் ஆக்கப் பட்டான்.

3. போதிமரம், புத்தரின் புனித சின்னங்கள், புத்தரின் பிரசன்னத்தின் குறியீடுகளாகும். இச் சின்னங்கள் உள்ள இடங்கள் பௌத்தர்களின் யாத்திரைக்குரிய புனித தலங்களாயின.

4. சிங்கள அரசரின் இறைமையின் குறியீடாக முதலில் புத்தரின் பிச்சா பாத்திரமும் பின்னர் புத்ததந்தமும் விளங்கின.

5. அரசனின் அரசுரிமை தெய்வத்தின் ஆணையின்படி அமைவது என்ற தெய்வீக உரிமைக் கோட்பாட்டின் சிங்கள வடிவம் இலங்கையின் அரசியல் உரிமைக் கருத்தியலில் புகுந்தது.

6. சிங்கள மன்னர்கள் பௌத்தத்தின் காவலர்களாகவும் கருதப்பட்டனர்.

துட்டகைமுனு ஒரு வரலாற்று மனிதன் என்பதில் ஐயத்திற்கு இட மில்லை. ஆயினும் அவனைச் சுற்றிப் பல புனைவுகள் பின்னப்பட்டுள்ளன. துட்டகைமுனு கதையின் புராணவியல் முக்கியத்துவத்தை விளங்கிக் கொள்வதன் மூலமே இலங்கையின் வரலாற்றையும் இலங்கை சிங்கள - பௌத்தர்களின் நாடு என்ற கருத்தியல் உருவாக்கம் பெற்றதையும் புரிந்து கொள்ளலாம்.

4
மகாவம்சமும் சிங்கள பௌத்த அடையாள உருவாக்கமும்

மகாவம்சம் கி.பி. 5ஆம் நூற்றாண்டில் தோன்றிய நூல். இந்நூல் தோன்றிய காலத்தில் உருவாகிக் காலப்போக்கில் வளர்ச்சி பெற்ற சிங்கள பௌத்தர் என்ற எண்ணம் பௌத்தர்களான சிங்களவரிடையே ஆழவேரூன்றியது. இக்கருத்தில் போர்த்துக்கீசர் வருகையால் ஒரு பிளவு ஏற்பட்டது. இப் பிளவுக்கு உரிய காரணம் சிங்களவரிடையே கத்தோலிக்கர்களும் கணிசமான அளவில் வாழ்ந்து வந்தமையாகும். பின்னர் டச்சு ஆட்சியின் போது புரட்டஸ்தாந்து கிறிஸ்தவர் என்ற பிரிவினரும் சிங்களவரிடையே தோன்றினர். ஆங்கிலேயர் ஆட்சியின் போது புரட்டஸ்தாந்திய கிறிஸ்தவம் பரவிச் செல்வாக்கு உள்ள மதமாகத் திகழ்ந்தது.

16ஆம் நூற்றாண்டில் சிங்கள - பௌத்தர் என்ற அடையாளத்தில் ஏற்பட்ட பிளவு, பௌத்தத்திற்கும் சிங்களவர் என்ற இன அடையாளத்திற்கும் இடையிலான உறவைத் துண்டித்தது.

சிங்களவர் என்றால் அவர் கத்தோலிக்கராகவும் இருக்கலாம், புரட்டஸ் தாந்தியக் கிறிஸ்தவராகவும் இருக்கலாம் என்ற நிலை தோன்றியது.

19ஆம் நூற்றாண்டில் பௌத்த சமய மறுமலர்ச்சி ஏற்பட்டபோது, பௌத்த சிங்கள அடையாளத்தை மீண்டும் வலியுறுத்தும் போக்கு ஆரம் பித்தது. இச் செயல்முறையை அடையாள வலியுறுத்தல் (Identity affirmation) என கணநாத் ஒபயசேகர விளக்குகிறார். இச் சிங்கள பௌத்த அடையாள

வலியுறுத்தலிற்குச் சிங்கள தேசிய வாதிகளுக்கு மிகவும் பயன்பட்ட நூல் மகாவம்சம் ஆகும். மகாவம்சத்திலும் ஏனைய பாளி நூல்களிலும் சிங்கள மொழியில் எழுதப்பட்ட நூல்களிலும் உள்ள கருத்துக்களைப் பயன்படுத்தி கட்டமைப்புச் செய்யப்பட்ட கருத்தியலே சிங்கள பௌத்தம் என்பதாகும். இனி கணநாத் ஒபயசேகர கூறியவற்றைப் பார்ப்போம்.

பௌத்தாகம என்ற சொல் பிரித்தானியர் காலத்தில் வழக்குக்கு வந்த சொல்லாகும். பௌத்த சமயம் என்ற சொல்லிற்குப் பதிலீடாக இச் சொல் உபயோகிக்கப்படுகின்றது. (ஆகம - சமயம்) “Buddhism” என்ற ஆங்கிலச் சொல்லின் மொழிபெயர்ப்பாக அமையும் இச்சொல்லினால் சிங்கள பௌத்தர்கள் தம்மை இன்று அடையாளப்படுத்துகின்றனர். சிங்களமொழி யில் மரபு வழியாக பௌத்த சமயத்தைக் குறிப்பதற்கு பௌத்தசாசன என்ற சொல் உபயோகிக்கப்பட்டு வந்தது. பாளி மொழியில் பௌத்தசாசன என்றால் “சர்வ பௌத்த திருச்சபை” (Universal Buddhist Church) என்பது பொருள். பொதுமைப்பட்ட அர்த்தமில்லாது போய், சிங்கள மொழியில் “சாசன” என்ற சொல் சிங்களவர் என்ற இனக் குழுமத்துடன் பிரிக்கமுடியாத தொடர்புடைய சொல்லாக மாறியது. பாளி மொழியில் எழுதப்பட்ட மகாவம்சம், சூளவம்சம் ஆகிய நூல்களும், 13ஆம் நூற்றாண்டின் பின்னர் எழுதப்பட்ட சிங்களமொழி இலக்கியங்களும் “சாசன” என்பதைச் சிங்களவர் என்ற இன அடையாளத்துடன் இணைத்தே பேசுவதைக் காணலாம்.

வரலாறு பற்றிய புராணப் புனைவுகள் (Historical Myths)

சிங்களவர் என்ற இனக்குழு அடையாளத்தையும், பௌத்தர் என்ற சமய அடையாளத்தையும் ஒன்றிணைத்துச் சிங்கள - பௌத்தர் என்ற அடையாளத்தை உருவாக்குவதில் இலங்கை வரலாறு குறித்த புராணப் புனைவுகள் மிகமுக்கியமான பங்கைப் பெறுகின்றன. மகாவம்சம் போன்ற நூல்களின் வரலாற்றுப் புனைவுகளில் பின்வரும் மூன்று விடயங்கள் முக்கியத்துவம் உடையன.

1. புத்தர் இலங்கைக்கு மூன்று தடவைகளில் வருகை தந்தமை.
2. விஜயனின் வருகை.
3. இலங்கையின் மீது தென்னிந்தியப் படையெடுப்புக்கள்.

புத்தரின் இலங்கை வருகை

கௌதம புத்தர் இலங்கைக்கு வந்தார் என்றொரு புராண நம்பிக்கை மகாவம்சம் போன்ற நூல்களால் சிங்கள மக்கள் மனத்தில் ஆழப் பதிக்கப்பட்டுள்ளது. கௌதம புத்தர் இலங்கைக்கு வந்தபோது இலங்கையில் இயக்கர் (பிசாசுகள்), நாகர் (பாம்புமனிதர்) ஆகிய இரு பிரிவினர் இருந்தனர். இலங்கையில் பௌத்த தர்மம் தழைத்து வேரூன்றி வளர்வதற்கு ஏற்ற இடம் இலங்கை என்பதனை உணர்ந்த புத்தர், இந்நாட்டை வெற்றி கொண்டு இயக்கர்களைத் துரத்தினார். அவர் இயக்கர்களை வெற்றி கொண்ட இடம் மகியங்கனை ஆகும். அத்தலத்திற்கு மக்கள் ஆண்டு தோறும் சென்று வழிபடுகின்றனர். புத்தர்பிரானின் புனித எலும்பு அங்கு வைக்கப்பட்டுக் கோவிலும் கட்டப்பட்டுள்ளது. அப்பகுதியின் காவல் தெய்வமாகிய சமன் தெய்வத்தின் தேவாலயமும் அங்கு உள்ளது.

புத்தர் பிரானின் இரண்டாவது வருகையின் போது வடபகுதியில் வாழ்ந்த நாகர்களை அவர் வென்று புத்த சமயத்திற்கு அவர்களை மாற்றினார். அவர் வந்து இறங்கிய இடம் நாகதீபம் ஆகும். அவரது மூன்றாவது வருகையின் போது இலங்கையின் மேற்குப் பகுதியில் உள்ள களனியில் வந்திறங்கினார். அவ்வேளை சமன்கூடம் (சிவனொளிபாதமலை), அனுராதபுரம் கிழக்குப் பகுதியில் உள்ள தீகவாவி ஆகிய இடங்களுக்கும் புத்தர் சென்றார். சமன்கூடத்தில் தனது புனிதமான திருவடிகளைப் பதித்து அவற்றை யாவரும் கண்டு வழிபட வழிசெய்தார். மூன்று தடவைகளிலும் புத்தரின் புனித அடிச்சுவடிகள் பதிந்த இடங்கள் யாவும் பௌத்தர்களின் யாத்திரைக்கு உரிய புனித தலங்களாக விளங்குகின்றன.

இப்புராணக் கதையின் முக்கியத்துவம் தெளிவானது. இந்நாட்டில் குடிகொண்டிருந்த தீய ஆவிகளையும், இங்கு வாழ்ந்த மனிதர்களையும் துரத்தி அல்லது வெற்றி கொண்டு பணியச்செய்து, சிங்கள இனத்தின் தோற்ற முதல்வனான விஜயனின் வருகைக்கான தயாரிப்பு வேலைகளைப் புத்தர் பிரான் தனது இலங்கை வருகை மூலம் நிறைவேற்றினார் என்று கணநாத் ஒபயசேகர இப்புராணக் கதைகளின் உட்கருத்தை விளக்குகின்றார்.

விஜயனின் வருகை

இலங்கையின் பாளி, சிங்கள மொழி இலக்கியங்களில் கூறப்படும் புனைவுகளை பழமரபுக் கதைகள் (Legend) அல்லது வரலாற்றுப்

புனைகதைகள் (Historical myths) என்று கூறலாம் எனக்குறிப்பிடும் கணநாத் ஒபயசேகர 'இவை பாடல்கள் வடிவில் சமயச் சடங்குகளின் போது பாடப்படும். இன்றுவரை சிங்கள மக்களின் நம்பிக்கைகளில் ஊறி இவை நிலைத்திருப்பதைக் காணலாம்". இப் புனைவுகள் 'சிங்களவர்', 'பௌத்த சமயம்' என்ற இரண்டையும் ஒன்றாக இணைத்துக்கூறும். பௌத்த சமய அடையாளம் பற்றிய விடயத்தின் புரிதலுக்கு இவை மிகவும் அவசியமானவை என்றும் அவர் கூறுகின்றார்.

சிங்களவர்களின் நாடாகவும், புத்த சமயத்தின் காப்பிடமாகவும் அமைய வேண்டிய இலங்கை நாட்டை, புத்தர் வருகை தீய சக்திகளைப் பணிய வைத்தும் புனிதப்படுத்தியும் தூய்மைப்படுத்தியது. புத்தர் நிர்வாணம் பெற்ற தினத்தன்று விஜயன் இலங்கையில் தம்பபன்னி என்ற இடத்தில் 700 தோழர்களுடன் வந்திறங்கினான் என்று மகாவம்சம் கூறுகின்றது. புத்தர் நிர்வாணம் அடைவதற்கு முன்னர் தேவர்களின் தலைவரான சாக்க என்னும் தெய்வத்தை அழைத்து இலங்கையில் வந்திறங்கும் விஜயனிற்கும் அவன் தோழர்களுக்கும் பாதுகாப்பு வழங்கும்படி பணித்தார். அப்பணியை சாக்க, உப்பலவன்ச என்ற தெய்வத்திடம் ஒப்படைத்தார். உப்பலவன்ச விஷ்ணு என்ற தெய்வமாகும். (நீலோற்பல மலரின் நிறத்தை உடையவன் என்பது உப்பலவன்ச என்பதன் பொருளாகும்).

விஜயன், குவேனி கதை யாவரும் அறிந்த ஒன்றாதலால் அக் கதையை விரித்துக் கூறுவதைத் தவிர்த்து, அக்கதையில் பொதிந்துள்ள முக்கியமான செய்திகள் இரண்டைக் கூறுவோம்.

1) குவேனியைத் துரத்திவிட்டு விஜயன் பாண்டிய இளவரசியை மணம் செய்தான். விஜயனின் தோழர்களும் பாண்டிய நாட்டுப் பெண்களை மணம் செய்தனர். விஜயனுக்கும் அவன் தோழர்களிற்கும் பிறந்த பிள்ளைகளின் சந்ததியினரே சிங்களவர் ஆவர்.

2) குவேனியும் அவளது இரு பிள்ளைகளும் காட்டுக்குள் துரத்தப் பட்டார்கள். இவர்களுள் ஒருத்தி பெண் மற்றவன் ஆண். இவ் இருவரும் தகாப்புணர்ச்சி முறையில் கணவன் மனைவியாகி பெற்றெடுத்த பிள்ளைகளின் சந்ததியினர் 'வெத்த' (வேடர்) இனத்தவராயினர். விஜயன் - குவேனி பற்றிய புராணப்புனைவு சிங்களவர் X வேடர் என்ற எதிரிணைக் கருத்தொன்றை பதிவு செய்திருப்பதைக் காணலாம்.

இப்புனை கதைகள், இலக்கியங்கள், சடங்குகள், வரலாற்று நிகழ்வுகள் என்பனவற்றின் ஊடாக நீண்ட காலமாகத் திரும்பத் திரும்பக் கூறப்பட்டு வந்தன. இதன் பயனாக 16ஆம் நூற்றாண்டு வரையான காலப் பகுதியில் சிங்களவர்களின் அடையாளம் இப்புனைவுகளைச் சுற்றிக் கட்டமைக்கப் பட்டது. இந்த அடையாளம் சிங்களவர் - பௌத்தர் என்ற இரு பண்பாட்டு அம்சங்களை ஒன்றிணைக்கும் தன்மையது. இவை இரண்டினதும் ஒன்றிணைந்த அடையாளமே 'சிங்கள - பௌத்தர்' ஆகும். சிங்களவர் ஒரு தேசியம் என்ற முறையில் தமக்கு வகுத்துக் கொண்ட வரலாற்று வகிபாகம் யாது என்பதன் விளக்கமாக இப்புனை கதைகள் விளங்கின. இப்புனைவுகள் சிங்களவருக்குத் தாம் யார் என்பதைப் பற்றிய சுய அடையாளத்தை வழங்கியது.

தமிழர் படையெடுப்புக்கள்

சிங்கள வரலாற்று நூல்களில் வரலாற்று நிகழ்வுகளை விபரிக்கும் போது தமிழர்களின் படையெடுப்புக்கள் பதினாறாம் நூற்றாண்டு வரை அடுத்தடுத்து நிகழ்ந்தமை பற்றிக் குறிப்பிடப்பட்டுள்ளது. தென்னிந்தியத் தமிழர்களின் படையெடுப்புக்கள் பற்றிய இலக்கியப் பதிவுகளும், அவை பற்றிய கதைகளும் சிங்களவர் X வேடர் என்பதற்குப் பதிலாக சிங்களவர் (பௌத்தர்) X தமிழர் (சைவர்களான அஞ்ஞானிகள்) என்ற எதிரிணையாக மாற்றம் பெற்றன. இவ்வாறாக சிங்களவர் எதிர் தமிழர் என்ற இரு எதிர் எதிரான இனக்குழும அடையாளங்கள் உருவாகின. தென்னிந்தியத் தமிழர்களுக்கும் சிங்களவர்களுக்கும் இடையிலான மோதல்களின் வரலாறு, சிங்கள - பௌத்தர் என்ற அடையாளத்தை பலப்படுத்தி நிலைபெறச் செய்தது.

சிங்கள வரலாற்று நூல்களிலும் இலக்கியங்களிலும் கூறப்பட்டு வந்த புனைவுகளிலும் புனையப்பட்ட வரலாற்றிலும் இடையில் இன்னோர் அம்சமும் புகுந்தது. சிங்களவர் புத்தசமயத்தின் (சாசன) காவலர்கள், தமிழர்கள் புத்த சமயத்தின் எதிரிகள் என்பதே புதிதாகச் சேர்ந்து கொண்ட இக்கருத்தாகும். தமிழர் புத்தசமயத்தின் எதிரிகள் என்ற கருத்து வரலாற்றின் நிகழ்வுகளோடு இணைத்துப் பார்க்கும் போது உண்மைக்குப் புறம்பானது என்பது தெரியவரும். ஏனெனில் தமிழ் அரசர்கள் எப்பொழுதும் பௌத்தத்தின் எதிரிகளாகவே இருந்தனர் என்று கூறமுடியாது. சிங்கள அரசுகளில் ஆட்சி பீடத்தை அலங்கரித்த தமிழ் அரசர்கள் பலர் சிங்கள அரசர்கள் போன்றே பௌத்தத்தைப் பாதுகாத்து ஒழுகினர். மேலும் படையெடுப்பால் மட்டும் ஆட்சியைத் தமிழர்கள் கைப்பற்றவில்லை. சிங்கள அரசுகளின் சிக்கலான வாரிசுரிமை விதிகள், தமிழர்களும் அரசர்களாக அரியணையில் அமர

உதவின. சிங்கள அரசர்களே சிலவேளைகளில் பௌத்த கோவில்களைக் கொள்ளையிடுதல், மடாலயங்களின் சொத்துக்களை அபகரித்தல் போன்ற செயல்களில் ஈடுபட்டதும் உண்டு ஆயினும் இப்புனைவுகள் தமிழர்களை மட்டுமே பௌத்த சமயத்தின் எதிரிகளாக சித்திரித்தன.

இவ்விடயத்தில் ஓர் உண்மையையும் நாம் கவனத்தில் கொள்ள வேண்டும். இக்கதைகளை ஆதாரமற்ற வெறும் புனைவுகள், பொய்மைகள் என்றும் கூறமுடியாது. இக்கதைகள் மூலம் சிங்களவர் தம் வாழ்நிலை அல்லது சூழமைவு பற்றிய வரையறை ஒன்றைக் (Definition of the Situation) கூறுகின்றனர். தமக்கு விதிக்கப்பட்ட வரலாற்று வகிபாகம் (Historical Role) பற்றிய சுயநோக்கு என்றும் இதனைக் கூறலாம். அந்த அர்த்தத்தில் அவர்களுக்கு இது உண்மையாகவே தோன்றி இருக்கும். சிங்கள மக்களின் இந்த உணர்வுகளை ஆட்சியாளர்கள் பயன்படுத்தி, அம்மக்களை அந்நியப் படையெடுப்பாளர்களுக்கு எதிராக அணிதிரட்டியிருப்பர். அக்காரணத் தினால் இவ் உணர்வுகளுக்கு அடியில் புதைந்திருந்த புனைவுகள் வரலாற்று நிகழ்வுகளால் உண்மையென உறுதி செய்யப்பட்டன.

தமிழர்களுக்கு எதிரான போர்களின் போது சிங்கள பௌத்தர்களை ஒன்றிணைக்கும் தேவை இருந்தது. சிங்களவர்கள் மத்தியில் எழுந்த பூசல் கள், பிணக்குகள், போர்கள் என்பவற்றின் போதும் இப்புனைவுகள் சிங்கள - பௌத்தர்களின் ஐக்கியம் என்ற கருத்தியலை உருவாக்குவதற்கும் பயன் பட்டது.

வட்டகாமினி அபயன் (கி.மு. 29 - 17) என்ற அரசன் தமிழர்களைப் போரில் தோற்கடித்த பின்னர் அனுராதபுரத்தினை விட்டு நீங்கிச் சென்று தென் பகுதியில் உள்ள உருகுணை என்ற இடத்தில் தங்கினான். உருகுணையில் தங்கியிருந்த அவன் படையணிகளைத் திரட்டித் தமிழர்களுக்கு எதிரான போருக்கு மீண்டும் ஆயத்தம் செய்து கொண்டிருந்தான். அவ்வாறிருக்கும் போது ஒருநாள் மன்னன் குறுகலான செங்குத்தான பாதை வழியாக இறங்கி வந்து கொண்டிருந்தபோது கபிஸ்ஸ என்ற படைத்தலைவன் வழியில் வீற்றிருந்ததைக் கண்டான். மன்னனைக் கண்டதும் தான் இருந்த இடத்தை விட்டு எழும்பாது மன்னனுக்கு நகர்ந்து கபிசன் வழிவிட்டான். அரசன் ஒருவன் முன்னால் அங்கங்கள் யாவும் தரையில் படிய விழுந்து வணங்குவதே அரசனுக்கு மரியாதை செய்யும் முறையாகும். கபிஸ்ஸ வின் பணிவடக்கமற்ற செயல் வட்டகாமி அபயனுக்குக் கோபத்தை உண்டாக்கியது. கபிஸ்ஸவை அவன் வாளால் வெட்டிக் கொலை செய்தான்.

இதனை அறிந்த ஏனைய படைத் தலைவர்கள் யாவரும் ஒன்றாகச் சேர்ந்து வட்டகாமினி அபயனைப் பிரிந்து செல்ல முடிவு செய்தனர். இச் சமயத்தில் ஹம்புக்கல்ல என்னும் இடத்தைச் சேர்ந்த திஸ்ஸ என்ற பௌத்த பிக்குவும், வட்டகாமினி அபயனிற்குப் பல உதவிகளை முன்னர் புரிந்த மஹதிஸ்ஸ என்ற பௌத்த பிக்குவும், இப்பிணக்கில் தலையிட்டு வட்டகாமினி அபயனையும், படைத்தலைவர்களையும் சமரசம் செய்து வைத்தனர். படைத் தலைவர்களிடம் இக் குருமார் இருவரும் ஒரு முக்கியமான விடயத்தை அழுத்திக் கூறினார்கள். பௌத்த சமயத்தைப் பாதுகாப்பதற்காக படைத் தலைவர்கள் அரசனோடு ஐக்கியப்பட்டுச் செயற்பட வேண்டும் என்பதே அவர்கள்விடுத்த வேண்டுகோள். பௌத்த குருமாரின் தலையீடு வட்டகாமினி தமிழர்களை வெற்றி கொண்டு தலைநகரை மீட்க உதவியது. இக்கதையில் பொதிந்திருக்கும் செய்திகள் பின்வருவன.

1) சிங்கள - பௌத்தர்கள் பௌத்தத்தைக் காப்பாற்றுவதற்காக ஐக்கியப் பட வேண்டும்.

2) அரசியலில் பௌத்த குருமாருக்கு முக்கிய பங்கு உண்டு.

இவை சிங்கள மக்கள் மனதில் ஆழமாகப் பதிந்தன.

சுருக்கம்

இக்கட்டுரையில் கூறப்பட்ட கருத்துக்களைப் பின்வருமாறு சுருக்கிக் கூறலாம்.

1. மகாவம்சம் முதலிய நூல்களின் கதைகளில் வரலாற்றுப் புனைவுகள் (Historical Myths) பொதிந்துள்ளன.

2. புத்தரின் வருகை தீய ஆவிகளையும், பிசாசுகளையும் ஓட்டுவதற்கும், பாம்பு மனிதர்களான நாகர்களை அடிபணிய வைப்பதற்கும் உதவியது. பௌத்தம் செழித்து வளர்வதற்கான புனித பூமியாகப் புத்தர் இலங்கையைத் தெரிவு செய்தார். காவல் தெய்வங்களையும் நியமித்தார்.

3. பௌத்தத்தின் காவலர்களாக சிங்கள இனத்தவரைப் புத்தர் தேர்ந்து எடுத்தார். சிங்கள இனத்தைத் தோற்றுவித்த வீரன் விஜயனின் வருகைக்காக இலங்கைத் திருநாட்டை அவர் தயார்படுத்தினார்.

4. விஜயன் - குவேனி கதை சிங்களவர் எதிர் வேடர் என்ற எதிர் இணையை உருவாக்கியது.

5. தமிழர் படையெடுப்புக்களால் பௌத்தத்திற்கு ஆபத்து ஏற்பட்டது. காலப்போக்கில் சிங்களவர் எதிர் வேடர் என்பதன் இடத்தை சிங்கள - பௌத்தர் எதிர் தமிழர்களான சைவ அஞ்ஞானிகள் என்ற எதிரிணை எடுத்துக் கொண்டது.

6. சிங்களவர்களின் ஐக்கியத்தின் மூலமே பௌத்தத்திற்கு ஏற்படும் ஆபத்தைத் தடுத்து நிறுத்தலாம். அரசியலில் பௌத்த குருமாருக்கு முக்கியமான பங்கு உண்டு.

7. 19ஆம் நூற்றாண்டில் சிங்கள பௌத்த தேசியவாதம் எழுச்சியுற்றபோது மேற்படி வரலாற்றுப் புனைவுகள் சிங்கள - பௌத்த அடையாளத்தின் மீள் வலியுறுத்தலுக்கு உதவின.

5

சிங்கள பௌத்த அடையாள வலியுறுத்தலும் அநகாரிக தர்மபாலவின் வரலாற்று வகிபாகமும்

மேற்கு நாட்டு காலனிய ஆட்சியின் பயனாக சிங்கள பௌத்தர் என்ற அடையாளம் ஒன்று உருவாக்கம் பெற்றதை இக்கட்டுரையில் விபரித்துக் கூறவுள்ளோம். முதலில் காலனிய ஆட்சியின் விளைவாக சிங்கள அடையாளத்தில் ஏற்பட்ட தாக்கத்தைச் சுருக்கமாக எடுத்துக் கூறுவோம். சிங்கள அடையாளத்தில் ஏற்பட்ட பிளவு முதலாவது தாக்கமாகும். இரண்டாவதாக பௌத்தம் உத்தியோக மதம் என்ற தகுதியையும், மேலாதிக்கத்தையும் இழந்தது. அத்தோடு சிங்கள மக்கள் அரசியல் பொருளாதார பலத்தை இழந்தனர். பௌத்தமும் தான் பெற்றிருந்த உயர் மதிப்பை இழந்தது. பிரித்தானியர் ஆட்சியில் புரட்டஸ்தாந்திய கிறிஸ்தவம் மேலாதிக்கமுடைய மதமாகத் திகழ்ந்தது. பழமை மிக்க பௌத்த ஆலயங்களுக்கு அருகில் புரட்டஸ்தாந்திய கிறிஸ்தவ தேவாலயங்கள் கட்டப்பட்டன. மேலாதிக்கமுடைய ஒரு மதம் பழமை வாய்ந்த பௌத்தத்தையும் ஒடுக்குவதற்கு முனைந்தமையின் குறியீடாகவே இச்செயல் அமைந்தது. பிரித்தானியர் ஆட்சியின் போது 'தியசேன' என்ற வீரன் தோன்றிப் பௌத்தத்திற்கு மீட்சியை கொண்டு வருவான் என்றொரு கதை சிங்கள நாட்டார் வழக்கில் பிரபலம் பெற்றது. இப்புராணவியல் நம்பிக்கை தியசேனவை சிங்கள கலாசார வீரபுருஷனாக உருவாக்கியது. இந்தப்புனைவுக் கதையின் படி தியசேன என்பவன் தோன்றி கிறிஸ்தவர் களையும் பௌத்தர் அல்லாத அஞ்ஞானிகளையும் கொன்று புத்தசாசனத்தின் புகழை மீண்டும் ஓங்கச் செய்வான் என்று மக்கள் நம்பினர். இதுபோன்ற யுகபுருஷர் - அவதாரக் கற்பிதம் (Millenial Fantasy) சிங்கள மக்கள் எவ்வளவு

தூரம் நம்பிக்கை யிழந்து விரக்தியில் ஆழ்ந்திருந்தனர், பௌத்தம் இழந்த பெருமையை மீளவும் பெற்றுக் கொள்வதற்கு வகையற்றவர்களாய் திகைத்து நின்றனர் என்பதனைக் காட்டுகின்றது. பௌத்தர்களில் பெரும்பான்மையினர் கிராமப்புற விவசாயிகளாயும், அதிகார பலமற்றவர்களாயும் இருந்தனர். அதிகாரம் காலனித்துவ ஆட்சியாளர்களிடமும், சிறிய உயர் குழுவான கல்வி கற்ற மேற்கு மயப்பட்ட கிறிஸ்தவர்களிடமும் இருந்தமையே இந்த அவல நிலைக்குக் காரணமாகும்.

19ஆம் நூற்றாண்டின் நடுப்பகுதியிலும், பிற்பகுதியிலும் பௌத்த சமயத்தில் மறுமலர்ச்சி ஏற்பட்டது. கரைநாட்டுச் சிங்களவர் மத்தியில் தோன் றிய விவசாய வகுப்பினர் அல்லாதவர்களான படிந்த வர்க்கமும், பௌத்த பிக்கு களும் இம் மறுமலர்ச்சி இயக்கத்திற்குத் தலைமை தாங்கினர்.படித்த சிங்கள பௌத்தர்களில் பெரும் பான்மையினர் சிங்கள மொழியில் பாடசாலையில் கல்வி கற்ற சிங்கள ஆசிரியர்களாவர். ஆயர்வேத வைத்தியர்கள் கிராம மட்ட அரச உத்தியோகத்தர்கள், கிராமத் தலைமைக்காரர், மரண விசாரணை உத்தியோகத்தர், விவாகப் பதிவாளர் போன்றவர்களும் இந்தப் படித்த வகுப்பில் அடங்குவர். இவர்கள் யாவரும் பிரித்தானிய நிர்வாக முறையினால் உருவாக்கப்பட்ட அதிகாரிகள் குழுவின் பங்காளிகளுமாவர். படித்த வர்க்கத்தின் ஒரு பிரிவினர் நகரங்களின் கிறிஸ்தவ மிசனரிப் பாடசாலைகளில் ஆங்கிலக் கல்வியைப் பெற்றவர்களாயும் இருந்தனர். ஆயினும் இவ்வகையினர் மிகச்சிலரே ஆவர். ஏனெனில் மிசனரிப் பாடசாலைகள் கிறிஸ்தவர்களுக்கு உரிய இடங்களாகவே இருந்தன. வணக்கத்திற்குரிய சுமங்கலதேரர் என்பவர் கொழும்பில் வித்தியோதயப் பிரிவேன என்ற பௌத்த கல்லூரி யையும் இக்காலத்தில் தொடக்கினார். இக்கல்லூரி பாளி மொழி, பௌத்தம் என்ற இரண்டினதும் கல்விக்காக நிறுவப்பட்டது. இதனைத் தொடர்ந்து வித்தியாலங்கார பிரிவேனா என்ற கல்லூரியும் தொடங்கப்பட்டது. 1860 களிலும் 1870 களிலும் பௌத்த குருமாருக்கும் கிறிஸ்தவ மதப் போதகர் களுக்கும் இடையே பகிரங்க விவாதங்கள் நடைபெற்றன. இந்த விவாதங் களால் பிரபலம் பெற்றவர்களுள் மொஹோட்டிவத்தே குணானந்த தேரரும் ஒருவராவர். பௌத்த சமயத்தின் முன்னேற்றத்திற்காக உழைத்த பெருந்தகையாக இவர் புகழ் நாடெங்கும் பரவியது. இவ் விவாதங்களின் பின்னர் அமெரிக்க நாட்டவரான எச்.எஸ் ஒல்கொட் என்பவரும் பிளவாட்ஸ்கி அம்மையாரும் இலங்கைக்கு வந்தனர். அவர்கள் இலங்கைப் பௌத்த தியோசோபிக்கல் சங்கம் என்ற அமைப்பை நிறுவினார்கள். இவர்களின் சீடராக டொன் டேவிட் ஹேவவித்தாரண என்னும் இளைஞர் சேர்ந்து கொண்டார்.

இளைஞரான டொன் டேவிட் ஹேவவித்தராண அறிவும் புத்திக்கூர்மையும் மிக்கவர். கொழும்பைப் பிறப்பிடமாகக் கொண்டவர். இவ் இளைஞர் தமது தனிப்பட்ட அடையாளப் பிரச்சினைகளுக்குத் தீர்வுகாணும் முயற்சியின் ஊடாக சிங்கள பௌத்தர்களின் அடையாளத்தையும் மீள்வடிமைப்புச் செய்ய உதவினார். இவர் அநகாரிக தர்மபால என்ற பெயரைப் பூண்டார்.

தர்மபால ஆங்கிலத்திலும் சிங்களத்திலும் நிறைய எழுதினார். லூதர், காந்தி போன்றோரைப் போலவே தமது இளமைக் காலம் பற்றிய வாழ்க்கை வரலாற்றுச் செய்திகளை எமக்குத் தந்துள்ளார். அவரது வார்த்தைகளிலே தாம் எதிர்கொண்ட அடையாளச் சிக்கல் குறித்து அவர் குறிப்பவற்றை ஆராய்ந்து பார்ப்போம். ஆறு வயதாக இருக்கும் போது அவர் எதிர்கொண்ட அடையாளச் சிக்கல் சிங்கள சமூகம் எதிர்கொண்ட அடையாளச் சிக்கலின் குறியீடாக இருப்பதைக் காணலாம்.

தர்மபால கொழும்பில் 1864ஆம் ஆண்டு பிறந்தார். அவரது தந்தை இலங்கையின் தென்பகுதியில் இருந்து கொழும்பிற்கு வந்த பொழுது, ஒரு வறிய தச்சுத் தொழிலாளியாக இருந்தார். ஆயின் பின்னர் பெரும் பணக் காரராக உயர்ச்சி பெற்றார். தர்மபாலவின் குடும்பப் பின்னணி முக்கியமானது. ஏனெனில் அக்காலத்தில் இப்புதுப் பணக்காரர்களை இளக்காரமாகப் பார்க்கும் வழக்கம் இருந்தது. தர்மபாலவிற்கு டொன் டேவிற் என்ற பெயர் சூட்டப்பட்டது. ‘கொழும்பில் பிறந்த பௌத்தர்களின் பிள்ளைகளை அவர்கள் பிறந்தவுடன் கிறிஸ்தவ தேவாலயத்திற்குக் கொண்டு சென்று தாய் தந்தையர் பெயர்களைப் பதிவு செய்வதோடு, கிறிஸ்தவப் பெயரொன்றைப் பிள்ளைக்குச் சூட்டுதல் அக்கால வழக்கமாகும். பெரும்பாலான சிங்களவர் தம் பிள்ளை களுக்கு ஆங்கிலப் பெயர்களைச் சூட்டும் வழக்கத்தைக் கைக்கொண்டனர். தர்மபாலவின் பெற்றோரும் அதனையே பின்பற்றினர் எனலாம்.

தர்மபால சிறுவனாக இருந்தபோது முதலில் புறக்கோட்டையில் ஒரு பெண்கள் பாடசாலையில் சேர்க்கப்பட்டார். அப்பாடசாலையில் டச்சுப் பறங்கிப் பெண் பிள்ளைகளுக்கு ஆங்கிலம் கற்பிக்கப்பட்டது. அவருக்கு ஆறு வயதாகும் போது புறக்கோட்டையின் கத்தோலிக்கப் பாடசாலை ஒன்றில் அவர் சேர்ந்தார். பதினொரு வயதாகும் போது அவரது வீட்டில் இருந்து ஏழு மைல்கள் தொலைவில் உள்ள கிறிஸ்தவ பாடசாலைக்கு அனுப்பப்பட்டார். ஏழு வயதிற்கும் பத்து வயதிற்கும் இடைப்பட்ட காலத்தில் சிங்களப் பாடசாலை ஒன்றில் கல்வி கற்றார். தர்மபால இளமையில் மிசன் பாடசாலைகளில் கல்வி கற்றார். இதற்கான காரணத்தை அவரின் வாழ்க்கைக்

குறிப்புக்களில் தர்மபால பதிவு செய்துள்ளார் பௌத்த கோவில்களின் பாடசாலைகளை அரசாங்கம் மூடிவிடுவதற்குக் கட்டாயப் படுத்தியதாகவும், அரசாங்கம் நியமித்த விசாரணைக்குழு அறிக்கையின் படி இத்தகைய பாடசாலைகளில் இலங்கையின் பழமையான மரபுகளை பேணும் தன்மை காணப்பட்டதால் அவை செயற்படுவதை அரசாங்கம் விரும்பவில்லை என்றும் குறிப்பிட்டுள்ளார். ஆயினும் தர்மபாலவின் தந்தை, தன் மகன் வாழ்வில் உயர்நிலை பெறவேண்டும் என்பதில் ஆவல் கொண்டிருந்தார். அதனால் அவர் மிசன் பாடசாலையில் தன் மகனைச் சேர்த்து அவனிற்கு ஆங்கிலக் கல்வியை அளிப்பதை விரும்பினார். மிசன் பாடசாலையிலேயே கல்வியைத் தொடர்வதையும் விரும்பினார்.

தர்மாபாலவின் இளமைக்கால வாழ்க்கையும், கல்வியும் அவர் மனதில் ஆழமான தாக்கத்தை ஏற்படுத்தி இருக்கவேண்டும். புத்திக் கூர்மையும், கூர் உணர்வும் உடையவனான இச் சிறுவனின் அடையாளச் சிக்கல்கள், சிறுவயது அனுபவங்களோடு தொடர்புடையவை. அவரது தந்தை கொவிகம என்னும் உழவர் சாதியைச் சேர்ந்தவர். தான் பிறந்து வளர்ந்த ஊரையும் சாதியையும் உறவினர்களையும் கைவிட்டு அவர் கொழும்பிற்கு இடம்பெயர்ந்தார். இவ்வாறு தனது முதன்மைக் குழுவைக் (Primary group) கைவிட்டு வந்த அவரைக் கொழும்புச் சமூகத்தின் உயர்குழு தங்களில் ஒருவராக ஏற்றுக் கொள்ளவில்லை. அத்தோடு அவ் உயர் குழு கிறிஸ்தவர்களாகவும் இருந்தமையால் தம் அந்நியப்பட்ட நிலையை தர்மபால உணர்ந்தார் எனலாம். இதனால் கொழும்புச் சமூகத்தில் தம்மை முழுமையாக இணைத்துக் காலூன்றி நிற்க முடியாத ஒரு குடும்பத்தின் உறுப்பினர் என்ற உணர்வு தர்மபாலவை இளமையில் பாதித்தது. இந்த உணர்வு பிற்காலத்தில் தனது வேர்களைத் தேடும் முயற்சியில் தர்மபாலவைத் தூண்டியிருக்க வேண்டும். தம் வேர்களை எந்த இடம்சார்ந்தும் தேடி பதித்துக் கொள்ள இயலாத நிலையில் சிங்கள பௌத்தம் என்ற வரலாற்றுப் பின்புலத்தில் தமது மூலவேர்கள் இருப்பதை தர்மபால உணர்ந்தார்.

தர்மபாலவின் இளமைக்கால அடையாளச் சிக்கல்களில் ஒன்று அவரிற்குப் பாடசாலைகளில் கற்பித்த சமயத்திற்கும் வீட்டில் அவர் பெற்றுக் கொண்ட சமயக் கல்விக்கும் இடையிலான முரண்பட்ட தன்மையாகும். அடையாளச் சிக்கல்களோடு அவரிற்கு ஆத்மார்த்த ரீதியிலான இக்கட்டு நிலையும் உருவானது. அவர் தொடக்கத்தில் கத்தோலிக்க சமய ஒழுக்கத்தையும், பின்னர் புரட்டஸ்தாந்திய சமய ஒழுக்கத்தையும், உள்வாங்கிக் கொண்டார். 'ஆறு வயது முதல் பத்து வயது வரை கத்தோலிக்க

ஆசிரியர்களுடன் நான் தினமும் பழகி வந்தேன். எனது தந்தையாரின் தோட்டத்தில் இருந்து மலர்களைப் பறித்து வந்து பூஜை நாட்களின் போது பலிபீடத்தில் வைத்து பூஜிப்பதற்காகக் கொடுப்பேன்' என தர்மபால குறிப்பிட்டுள்ளார். தர்மபால சிறுவயதில் நல்லொழுக்கமும் அடக்கமும் உள்ள மாணவனாக இருந்தார். வீட்டில் எப்படி நல்ல பிள்ளையாக இருந்தாரோ அப்படியே பாடசாலையிலும் நல்ல பிள்ளையாக இருந்தார். 'சிறுவர்களாகிய நாம் அடக்க ஒடுக்கம் மிக்கவர்களாய் இருந்தோம்.' என்ற அவரது கூற்று அவரின் மனப்பாங்கை எடுத்துக் காட்டுவது.

இளமையில் பைபிளை 'தினமும் நான்கு தடவை'' வாசித்தார். புரட்டாஸ்தாந்திய பாடசாலை விடுதியில் தங்கிப் படித்த இரண்டரை ஆண்டுகளில் அவருக்கு அளிக்கப்பட்ட கல்வி எப்படி இருந்தது என்பதை அவரின் பின்வரும் கூற்று எடுத்துக் காட்டுகின்றது. 'நான் அங்கு தங்கியிருந்த இரண்டரை ஆண்டுகளும் வரலாறு, கணிதம் என்று கற்றவை மிகமிகக்குறைவு. காலை முதல் மாலை வரை பைபிள் வகுப்புக்களில் நேரம் போயிற்று. மிசனரிகள் மீது பிற்காலத்தில் அவருக்கு வெறுப்பு வளர்ந்தது உண்மையே ஆயினும் பைபிள் மீது தர்மபாலவிற்கு பெருமதிப்பு இருந்தது. குறிப்பாக புதிய ஏற்பாட்டிலும் யேசுநாதரின் ஆளுமையிலும் அவருக்கு ஈடுபாடு ஏற்பட்டிருந்தது. தாம் சென்ற இடமெல்லாம் பௌத்தசமய நூல்களை மட்டுமன்றி பைபிளை யும் கொண்டு செல்லும் வழக்கத்தை அவர் கொண்டிருந்தார். அவரது பைபிள் பிரதியில் குறிப்புகளும், மேற்கோள்களும் எழுதப்பட்டிருக்கும். பல இடங்களில் கோடிட்ட அடையாளங்கள் இருக்கும். நூலைத் திரும்பத் திரும்பத் வாசிப்பதால் பக்கங்கள் விடுபட்டும் கிழிந்தும் இருந்தன என்று அவர் குறிப்பிடுகின்றார்.

பாடசாலையில் கிறிஸ்தவப் பண்பாட்டை உள்வாங்கிய தர்மபால வீட்டில் பௌத்த வாழ்வியலின் சமூகமயமாதலுக்கு உட்பட்டார். தர்மபாலவின் தந்தையின் மூதாதையர் வாழ்விடம் இலங்கையின் தென்பகுதியில் இருந்தது. அங்கும் மந்திர தந்திரம், பேயோட்டுதல் போன்றவற்றுடன் கலப்புற்ற சமயநெறி வழக்கம் இருந்தது. ஆனால் தர்மபால வாழ்ந்துவந்த கொழும்பு நகரச் சூழலுக்கும் அந்த வாழ்க்கைக்கும் தொடர்பு இருக்கவில்லை. அவரது பெற்றோருடைய சமய நடைமுறைகளில் ஓர் அடிப்படைவாத இயல்பு இருந் தது. 'எனது குடும்பம் சிங்களக் குடும்பம். 2200 ஆண்டுகளாக இக்குடும்பம் பௌத்தர்கள் என்ற வகையில் இடையறாத தொடர்ச்சியை உடையது' என்று தர்மபால குறிப்பிடுகின்றார். இக்கூற்று இலட்சிய மயப்படுத்தப்பட்ட ஒரு பௌத்த அடையாளத்துடன் தன் குடும்பத்தை அவர் இணைத்துக் காண்பதனை மிகத்தெளிவாக எடுத்துக் காட்டுகின்றது. வேறு வகை

அடையாளங்களையும் அவர் கூறுகிறார். 'எனது குடும்பத்தினர் அனைவரும் மிகுந்த பக்தி உடையவர்கள். நான் பௌத்த சமய சாத்திர நூல்களில் இருந்து சில பந்திகளை மனனம் செய்து என் தாயாருக்குச் சொல்ல வேண்டும் புனிதமான பாடல்களையும் நான் மனனம் செய்து பாடிக் காட்டுவேன். எனது நற்செயல்களுக்கு எப்போதும் அவரிடமிருந்து வெகுமதி கிடைக்கும். எனக்கு விருப்பமான தின்பண்டங்களை என் தாயார் தருவார்'. தர்மபாலவின் தாயார் பிச்சைக்காரர்களுக்கும் ஏழைகளுக்கும் உதவும் பண்புடையவர். தாயாரின் சகோதரியும் அவ்வாறே ஏழைகளுக்கு உதவும் தேவதை போல் வாழ்ந்தவர். இவ் இருவரதும் குண இயல்புகள் தர்மபாலவிடம் ஏழைகளுக்கு இரங்கும் மன இயல்பை உருவாக்கியது. "பசியால் மனிதர் படும் உடல் வருத்தமும் துன்பமும் என்னிடம் ஏழைகளுக்கு உதவவேண்டும் என்ற உணர்வை வளர்த்தது" என்று தர்மபால குறிப்பிட்டுள்ளார். ஒவ்வொரு மாதமும் போயா தினத்திலும், புத்தரின் தர்ம சீலங்களைக் கடைப்பிடித்தல், தியானம் செய்தல், நோன்பு இயற்றல் ஆகியவற்றில் தர்மபாலவின் குடும்பத்தினர் ஈடுபட்டனர். தர்மபாலவின் வீட்டில் பௌத்த சமயத்துள் அவரைச் சமூகமயமாக்கல் (Socialisation) என்னும் செயன்முறை நிகழ்ந்தது. அவர் கல்வி கற்ற பாடசாலையில் இதற்கு மாறான கிறிஸ்தவ மயமாக்கும் செயல்முறை நிகழ்ந்தது. இந்த முரண்நிலையை மிகச் சிறப்பாக விளக்குவதாக தர்மபாலவின் பின்வரும் கூற்று விளங்குகிறது. 'கன்னிமேரியைப் புகழ்ந்து ஏத்தும் துதியை நாம் வகுப்பில் அரைமணி நேரத்திற்கு ஒருமுறை கூறி வணங்குவோம். இவ்வாறாகக் கத்தோலிக்க வழிபாட்டு முறைகளுக்கு எம்மை பழக்கப்படுத்திக் கொண்டோம். ஆயினும் நான் தினமும் எங்களின் புத்தர் பெருமானை வழிபட்டு வந்தேன்'.

வீட்டிற்கும் பாடசாலைச் சூழலுக்கும் இடையிலான இம் முரண் பாடு உணர்ச்சி மிக்க சிறுவனான தர்மபாலவின் மனச்சாட்சியை உறுத்தியது. மிசனரிகளின் சீண்டல்களும் கேலியும் தன்னையும் தனது சமயமான பௌத்தத்தையும் அவமானப் படுத்திய நிகழ்வுகள் பற்றி அவர் குறிப்பிட்டுள்ளார். தனது கத்தோலிக்கப் பாடசாலை நாட்களை நினைவு கூர்ந்து அவர் பின்வருமாறு எழுதியிருக்கிறார். பாதிரிமார் அழகிய பொருட்களை எனக்குத் தந்து என் தலைமயிரை கோதி தாம் எம்மீது அன்பு காட்டுவதாக நடந்து கொள்வார்கள். அத்தோடு எம்மைப் பார்த்து அடிக்கடி அவர்கள் இப்படியும் கூறுவார்கள் "நீங்கள் வழிபடும் மண் உருவத்தைப் பாருங்கள். நீங்கள் வழிபடுவது வெறும் களிமண் அல்லவா?" இவ் வார்த்தைகள் பௌத்தனான அச்சிறுவனை வெட்கத்தால் கூனிக்குறுகச் செய்யும். அவன் தன் சமயத்தை நினைத்து வெட்கமும் வேதனையும் அடைவான். அவரின்

சுயகௌரவத்தின் மீதான இத்தாக்குதலின் பாதிப்புப் பெரிது. பத்து வயதை எய்தாத அப்பாலகன் மனதிற்குள் ஏசியும் தூக்ஷித்தும் மன ஆறுதல் பெற்றான். 'எனது வீட்டில் நான் பௌத்தம் பற்றிய பயிற்சியை பெற்றேன். பாதிரிகளால் என்னை மனம் மாற்ற முடியவில்லை. "பாதிரிகள் பன்றி இறைச்சியை விரும்பி உண்பார்கள். பன்றி அழுக்கை தின்னும் விலங்கு. அதன் இறைச்சியை உண்பதால் எவ்வளவு அழுக்குடையவர்களாக அவர்கள் இருப்பார்கள் என்று நான் யோசிப்பதுண்டு. இந்த எண்ணம் இளமையிலேயே பாதிரிகள் மீது எனக்கு வெறுப்பை ஏற்படுத்தியது" என்று தர்மபால எழுதியிருக்கிறார். தர்மபாலவைப் பெரிதும் பாதித்த நிகழ்வு ஒன்று அவரது பன்னிரெண்டு வயதில் நடந்தது. அவர் தனது கட்டுரைகளில் பல தடவைகள் இதனைக் குறிப்பிடுகின்றார். புரட்டஸ்தாந்திய மிசனரிப் பாடசாலையில் படித்துக் கொண்டிருந்த காலத்தில் நடந்த அந் நிகழ்வை அவர் இவ்வாறு விபரிக்கிறார். 'ஒருநாள் இந்தப் பாடசாலையில் நடந்த சம்பவம் என்னை அதிர்ச்சியில் உறைய வைத்தது. அப்போது எனக்கு பன்னிரெண்டு வயது. எனது ஆசிரியர்களில் ஒருவர் துவக்கு ஒன்றை எடுத்துக் கொண்டு வெளியில் இறங்கிச் சென்றார். துப்பாக்கியால் அவர் பறவை ஒன்றைச் சுட்டு வீழ்த்தினார். இது எனக்குரிய சமயம் அன்று. இவர் ஒரு கிறிஸ்தவப் போதகர். ஆனால் வெளியிலே போய் ஈவிரக்கமில்லாமல் ஒரு தீங்கும் இல்லாத பறவைகளைச் சுட்டு வீழ்த்துகிறாரே' என்று நான் எனக்குள் கூறிக்கொண்டேன். "அந்த பாடசாலை ஆசிரியர்கள் மது அருந்துவார்களாம் அவர்களின் இச்செயல் நான் கற்ற சமய ஒழுக்கத்திற்கு மாறானதாகக் கண்டேன். இந்நிகழ்வு நடந்த காலத்தில் நான் ஒருநாளைக்கு நான்கு தடவை பைபிளை வாசிப்பதுண்டு. கிறிஸ்தவம் மீது வெறுப்பு ஏற்படுத்திய இந்தச் சம்பவம் நடந்து சிறிது காலத்தின் பின்னர் எமது வகுப்பில் ஒருங்கே படித்த சிறுவன் ஒருவன் இறந்தான். அவன் உடலைக் கட்டிலில் கிடத்தி வைத்திருந்தார்கள். உடல் அசைவில்லாமல் கிடந்தது. எமது ஆசிரியர் எம்மைத் தொழுகை செய்யும்படி கேட்டார். நாம் தொழுதோம். அப்போது திடீரென எனக்கு ஓர் எண்ணம் தோன்றியது. நாம் பயம் காரணமாகவே தொழுகின்றோம் என்பதை உணர்ந்தேன். எனது மனத்தில் அக்கணமே சுதந்திரமாகச் சிந்திக்கும் மனப்பாங்கு தோன்றியது. நான் தொழுவதை நிறுத்தினேன். அச்சம்ப வத்திற்குப் பின் நான் பைபிளை கண்டனம் செய்பவனாக மாறினேன். என்னை அவ்வாறு தொடர்ந்து செய்ய வேண்டாமென்றும் பாடசாலையை விட்டு நீக்கிவிடுவோம் என்றும் எச்சரித்தனர்."

தர்மபாலவின் கட்டுரைகளில் இருந்து அவர் கூற்றாக வரும் பலவிடயங்களை மேலே எடுத்துக் காட்டினோம். (அவரின் கட்டுரைகளின் தொகுப்பான Return to Righteousness. ஆனந்த குருகே பதிப்பித்தது. (1965)) தர்மபாலவின் ஆளுமையில் அவரது குடும்பம், வீடு என்ற சூழலின் தாக்கம் அதிகமானது என்பதையே இக்கூற்றுக்கள் எடுத்துக் காட்டுகின்றன. சமயப் பக்தியுள்ள அவரது தாயாரும் அவர் தொடர்பு கொண்டு பழகிய பௌத்த குருமாரும் அவரின் உள்ளத்தில் நீங்காத மனப் பதிவுகளை உண்டாக்கினர். மொகட்டுவத்தே குணானந்ததேரர் என்ற புத்தகுரு தர்மபால குடும்பத்தின் நண்பராக இருந்தார். இவர் கிறிஸ்தவர்களுடன் புகழ்பெற்ற விவாதங்களை நடத்திய சிறந்த பேச்சாளர். தர்மபாலவிற்குப் பத்து வயதாக இருக்கும் போது இவ்விவாதம் நடைபெற்றது. குணானந்ததேரர் இவ்விவாதத்தில் பேசியபோது சிறுவனான தர்மபால அப்பேச்சைக் கேட்டார். தர்மபாலவிற்குப் பதின்மூன்று வயதாக இருக்கும் போது அவர் புனித தோமஸ் கல்லூரியில் (இது பிரபல மான கல்லூரி) கல்வி கற்பதற்காகச் சேர்ந்தார். அப்பாடசாலைக்குச் செல்லும் வழியில் தினமும் தர்மபால குணானந்தவின் கோவிலைக் கடந்து செல்வார். குணானந்த தேரர் வாயிலாக அவர் 'தியோசோபிக்கல்' சங்கம் பற்றியும் கேர்ணல் ஓல்கொட், பிளாவாட்ஸ்கி அம்மையார் என்பவர்கள் பற்றியும் அறிந்து கொண்டார். தர்மபாலவிற்கு பதின்னான்கு வயதாகும் போது 'தியோசோபி' தத்துவக் கருத்துக்களில் அவருக்கு மிகுந்த ஈடுபாடு ஏற்பட்டது. அவர் அக்காலத்தில், கீழைத்தேய ஆன்மிக நூல்களை மிகுந்த அறிவுப்பசி கொண்டவராக வாசித்தார், ஆழமாகக் கற்றார்.

தர்மபாலவின் உள்ளத்தில் ஏற்பட்ட முரண்பாடுகளை இரு வகைப் படுத்தி நோக்கலாம்.

1. சமூகம், சமயம் தொடர்பாக அவர் உள்ளத்தில் தோன்றிய குழப்பங்களும் சிக்கல்களும் ஒருவகையின.

2. குழந்தைப் பருவத்தில் அவரது உள்ளத்தில் எழுந்த அடையாளச் சிக்கல்கள் (Identity Problems) இரண்டாவது முரண்பாடு இதனைவிட குடும்பம் சார்ந்த மூன்றாவது பிரச்சினை ஒன்றும் அவருக்கு இருந்தது. தர்மபாலவின் தந்தை ஒரு கடுமையான உழைப்பாளி, தன் உழைப்பால் செல்வந்தராக உயர்ந்தவர், சமூகப்படி நிலையிலும் மேல்நோக்கி உயர்ந்து சென்றவர். அவருக்கு தன் மகனோடு அதிக நேரத்தைச் செலவிட முடியாதிருந்தது. ஆயினும் மகனுக்குரிய தேவைகள் பற்றி மிகுந்த அக்கறை காட்டினார். (தர்மபாலவின் இன்னொரு சகோதரன்

மருத்துவ துறையில் பட்டம் பெற்று மருத்துவரானார்.) எனினும் தர்மபால தனது தாயார் மீது அளவற்ற பாசம் கொண்டிருந்தார். 'நான் விளையாடிக் கொண்டிருக்கும் போது அம்மாவின் நினைவு வரும் அவருக்கு 'நிர்வாண' என்னும் இறப்பும் பிறப்பும் இல்லா உயர்நிலை கிடைக்க வேண்டும். அடுத்து வரும் புத்தர் அதனை அவருக்கு அருளுவாராக' என்று எனக்குள் சொல்லிக் கொள்வேன் என அவர் எழுதுகிறார். தன் தாயைப் போன்றே தாய்மையின் வடிவமாகத் தன் வாழ்க்கையில் எதிர்ப்பட்ட தாய்மையுள்ளம் படைத்த பெண்மணிகள் பற்றியும் தர்மபால குறிப்பிட்டிருக்கிறார். 'நான் எனது பெற்றோருக்கும், காலம் சென்ற பிளாவாட்ஸ்கி அம்மையாருக்கும், ஹொனலுவைச் சேர்ந்த காலம் சென்ற திருமதி Foster ற்கும் மிகுந்த கடமைப் பட்டிருக்கிறேன்.' என்று ஓரிடத்தில் அவர் குறிப்பிட்டிருக்கிறார். (திருமதி. Foster இவருக்குப் பண உதவி செய்தார். ஆத்ம பலத்தை வழங்கினார். இவரை தர்மபால தம் 'வளர்ப்புத்தாய்' என்று குறிப்பிட்டிருக்கிறார் . தன் தாயார் மீது அவர் கொண்டிருந்த அன்புப் பிணைப்பு தர்மபாலவிற்கு பதினேழு வயதிருக்கும் போது நடந்த துயர நிகழ்வில் வெளிப்பட்டது. அப்போது அவரின் சகோதரியான இரண்டு வயதுக் குழந்தை இறந்தது. 'தமது அருமைக் குழந்தையின் இழப்பினால் வருந்திய அம்மா மௌனமாக அழுது கொண்டிருப்பதைக் கண்டேன்' என அவர் எழுதுகிறார்.

தர்மபால சிறுவயதில் தன் தாயுடன் உளரீதியாக அன்பால் பிணைக்கப் பட்டிருந்தார் என்று தெரிகிறது எனக் கணநாத் ஒபயசேகர குறிப்பிடுகின்றார். இவ்வாறான பிணைப்பு அவரது சிறுவயது உள்ளத்தில் ஏற்படுத்தியிருக்கக் கூடிய உளச்சிக்கல்களையும் உளவியல் நோக்கில் கணநாத் ஒபயசேகர விளக்குகிறார். தர்மபால ஒன்பது வயதுச் சிறுவனாக இருக்கும் போது அவரது தந்தை சிறுவனை கோவிலுக்கு அழைத்துச் சென்றார். அன்று அவரைப் பிரம்மச்சாரிய நோன்பினை கடைப்பிடிக்கும் படி கூறினார். அவ்வேளை அவர் கூறிய புத்திமதி பின்வருமாறு இருந்தது. 'பிரம்மச்சாரி என்பவன் கிடைத்ததை உண்டு திருப்தியடைய வேண்டும், தூக்கத்தை இயன்றளவு குறைக்க வேண்டும்' புனித நாட்களில் (போயா தினங்களில்) பௌத்தர்கள் 24 மணிநேரம் கடைப்பிடிக்க வேண்டிய நோன்பு பற்றியே தந்தை தன் மகனுக்கு எடுத்துரைத்தார். பிரம்மச்சாரிய விரதம் பற்றி தந்தை சொன்ன அறிவுரை தன் மனதில் 'நிலையான பதிவை' ஏற்படுத்தியது என்று தர்மபால குறிப்பிடுகிறார். பாலியல் இன்பத்தை முற்றாகத் தவிர்த்தலும் பிரம்மச்சாரியத்தின் முக்கிய கூறுகளில் ஒன்று. தர்மபாலவின் மனதில் ஒன்பது வயதில் ஏற்பட்ட

'நிலையான பதிவு' இதுவெனலாம். தனிநபர்களின் தனிப்பட்ட வாழ்க்கையும் அவர் சார்ந்திருக்கும் விரிந்த சமூகம் எதிர்நோக்கும் பிரச்சினைகளும் ஒரு புள்ளியில் சந்திக்கும் நிலை லூதர், காந்தி போன்ற வரலாற்று நாயகர்களின் வாழ்க்கையில் ஏற்பட்டதைக் காணலாம். அவ்விருவரோடும் ஒப்பிட தர்மபால சாதனைகளின் அளவில் குறைந்தவரேனும் தனிநபர் அடையாளச் சிக்கல், விரிந்த சமூகத்தின் அடையாளச் சிக்கல் என்பவற்றின் பகுப்பாய்வுக்கு அவரின் வாழ்க்கை மிகச் சிறந்த விடயப் பொருளாக அமைகின்றது. தர்மபால சிங்கள சமூகத்தின் பண்பாட்டின் மீது செலுத்திய தாக்கம் மிகப்பெரிது. புகழ்பெற்ற பௌத்த - கிறிஸ்தவ சமய வாதத்தோடு தொடர்புடைய பிக்குகளுடன் தர்மபாலவிற்கு பதினாறு வயதிலேயே தொடர்பு ஏற்பட்டது. இப்பிக்குமாருடன் தொடர்புடையவர்களான கேர்ணல் ஒல்கொட், பிளவாட்ஸ்கி அம்மையார் ஆகிய இருவரும் இலங்கை வந்த போது, தர்மபால அவர்களைச் சந்தித்து உரையாடும் வாய்ப்பைப் பெற்றார். அவர்களின் சீடனாகவும் மாறினார். பதினெட்டு வயதில் அவர் பாடசாலையை விட்டு நீங்கினார். அதன் பின் தன் முழு நேரத்தையும் அறிவியல், தத்துவம், உளவியல், ஓவியம் போன்ற பல்வகை நூல்களையும் வாசிப்பதில் செலவிட்டார். குறிப்பாக வாழ்க்கை வரலாறு, வரலாறு என்பன பற்றிய நூல்களைப் பெருவிருப்பத்தோடு கற்றார். தர்மபால ஆர்வம் காட்டிய துறைகள் அவரின் தந்தைக்கு ஏற்புடையனவாகத் தெரியவில்லை. 'உன்னால் நடைமுறைப் பயனுடைய வேலைகளை செய்ய முடியாதா?' என்று அறிவுரை கூறிய தந்தை ஒரு தொழிலை தேடிக்கொள்ளும் படியும் கூறினார். தந்தையின் சொல்லுக்குக் கட்டுப்பட்டவராகத் தர்மபால அரசாங்கத்தின் கல்விப் பகுதியில் ஒரு எழுதுவினைஞர் ஆக இணைந்து கொண்டார்.

1884 இல் ஒல்கொட், பிளவாட்ஸ்கி ஆகிய இருவரும் சென்னைக்குப் போகும் வழியில் கொழும்பிற்கு இரண்டாவது தடவையாக வருகை தந்தனர். அப்போது தர்மபாலவிற்கு இருபது வயதாகியிருந்தது. ஒல்கொட், பிளவாட்ஸ்கி இரண்டாவது வருகை தர்மபாலவின் வாழ்க்கையில் முக்கியத்துவம் வாய்ந்த நிகழ்வு. அவ் இருவரும் தர்மபாலவைச் சென்னைக்கு வரும்படி அழைப்பு விடுத்தனர். தந்தை அதனை விரும்பவில்லை. அவர் தர்மபாலவை அனுப்ப மறுப்புத் தெரிவித்தார். புத்தபிக்குகளும் மறுப்புத் தெரிவித்தனர். இது பற்றி தர்மபால இவ்வாறு குறிப்பிடுகின்றார். 'எனக்கு என்ன செய்வதென்றே புரியவில்லை'. எனது உள்ளம் சென்னைப் பயணத்தினை விரும்பியது. எனக்கு அது புது வாழ்வைத் திறந்துவிடும் என்று கருதினேன். நான் போவதென்றே தீர்மானம் செய்துவிட்டேன். பிளவாட்ஸ்கி அம்மையார் ஒரே

கருத்தில் ஒன்றுபட்டு நின்ற எனது குடும்பத்தையும், புத்தபிக்குகளையும் தம் பக்கம் வென்றெடுத்தார். அவர் அற்புதமான ஒரு பெண். அவரது மன உறுதி எல்லாவிதத் தடைகளையும் உடைத்தெறியும் சக்தி வாய்ந்தது. 'இப் பையனை நீங்கள் வருவதற்கு அனுமதிக்காவிட்டால் உயிரைத் துறப்பான். நான் அவனைப் பொறுப்பேற்று என்னுடன் அழைத்துச் செல்லப் போகின்றேன்.' என்று அவர் கூறினார். எனது தாயார் 'நீ போய் வா மகனே. மானிட மேம்பாட்டிற்காக நீ உழைக்க வேண்டும்' என்று கூறி விடைகொடுத்து அனுப்பினார். 'அப்படியானால் நீ போய் போதிசத்துவ நிலையை அடைய முயற்சிசெய்' என்று தந்தையும் என்னை வாழ்த்தி எனது வேலைகளுக்கு வேண்டிய பணத்தினையும் கொடுத்தார்'.

குழப்பம் மிகுந்த வளரிளம் பருவத்தில் இருந்து முதிர்ச்சியடைந்த இளம் பருவத்தினராக தர்மபால மாற்றம் பெற்றார். அம் மாற்றத்தின் தொடக்க நிகழ்வாக அவரது சென்னைப் பயணம் அமைந்தது. அவர் தனது குடும்பத்துடனான தொடர்புகளையும் துண்டித்துக் கொண்டும், தாய்மையின் வடிவமான பிளவாட்ஸ்கி அம்மையாரின் வழிகாட்டலில் தமக்கென தனித்துவமான அடையாளத்தை உருவாக்க முனைந்தார். பிளவாட்ஸ்கி அம்மையாரின் ஆளுமையால் கவரப்பட்ட தர்மபால அவரது வழிகாட்டலில் 'மானிடத்திற்குச் சேவை செய்யவும்' பௌத்தத்தை வளர்க்கவும் தன்னை முழுமையாக அர்ப்பணித்தார். 1886 இல் இலங்கைக்குத் திரும்பி வந்து தியோசோபிக்கல் சங்கத்தின் பௌத்தப் பிரிவின் முகாமைத்துவ பொறுப்பை ஏற்றுக் கொண்டார். அவ் ஆண்டில் ஒல்கொட், லீட்பீற்றர் (Lead Beater) என்ற இரு தியோசோபிஸ்டுகள் இலங்கைக்கு வந்தனர். அவர்கள் இருவரோடும் இலங்கையைச் சுற்றிப் பார்ப்பதற்காக மூன்றுமாத விடுவிப்பைப் பெற்றுக் கொண்டு தர்மபாலவும் உடன் சென்றார். இச் சுற்றுப் பயணம் தர்மபாலவின் மனதில் பெரும் தாக்கத்தை ஏற்படுத்தியது. புத்த சமயம் அழிவுற்றுக் கொண்டிருப்பதை அவர் நேரில் கண்டு உணர்ந்தார். பௌத்தத்தை மீண்டும் மலர்ச்சியுறச் செய்யும் தேவையை உணர்ந்தார். தனது அரசாங்க உத்தியோகப் பதவியில் இருந்து தந்தையின் எதிர்ப்புக்கு மத்தியிலும் விலகிக் கொண்டார். 'மகிழ்ச்சியோடு நான் விலகிச் சென்றேன்.' என்று இது பற்றி அவர் குறிப்பிட்டுள்ளார். அவரது மேற்கு சமயப் பெயரான 'டொன் டேவிட்' குடும்பப் பெயரான 'ஹேவவித்தாரண' என்ற இரண்டையும் கைவிட்டு 'தர்மபால' (தர்மத்தின் காவலன்) என்ற பெயரைச் சூடிக்கொண்ட அவர் 'அநகாரிக' (வீடற்றவன்) ஆயினார்.

அநகாரிக தர்மபாலவும் சிங்கள பௌத்த அடையாளமும்

அநகாரிக தர்மபாலவின் தனிப்பட்ட அடையாளப் பிரச்சினை குறித்து மேலே விபரித்தோம். இத் தனிப்பட்ட அடையாளப் பிரச்சினைக்கும் சிங்கள பௌத்தர் என்ற பொதுவான அடையாளத்திற்கும் இடையிலான தொடர்பை அடுத்துப் பார்ப்போம். அவர் புதிதாக அநகாரிக என்ற வகிபாகத்தைத் தமக்கு வகுத்துக் கொண்டதன் மூலம் தனது வீடு - குடும்பம் என்பதோடும், தனது அன்னையோடும், கொண்டிருந்த பாசப்பிணைப்பில் இருந்து தன்னை விடுவித்துக் கொள்வதன் மூலம், தனிப்பட்ட அடையாளச் சிக்கல்களுக்குத் தீர்வு கண்டார். குடும்பத்தையும், வீட்டையும், பெற்ற தாயையும் துறப்பதற்கு பிளவாட்ஸ்கி அம்மையார் என்ற தாய்மை ஆளுமை அவருக்கு உதவியது. வீடற்றவரான துறவி என்ற வகிபாகம் தமது இலட்சியத்தை நோக்கிப் பயணிக்க அவருக்கு உதவியது. பாலியல் உணர்வு பற்றிய குற்ற உணர்வில் இருந்து விடுபடுவதற்கும் அநகாரிக என்ற வகிபாகம் உதவியது. ‘அநகாரிக’ இலட்சியம் பாலியல் புலனின்பத்தையும் விலக்குவதாயிருந்தது. அச்சிக்கலுக்குத் தீர்வுகாண உதவிற்று. பாலின்பத்தைத் தவிர்த்தல் தனிப்பட்ட துறவுப் பிரச்சினையாகவே முன்பு இருந்தது. அது உளவியல் சார்ந்தது. அநகாரிக நிலையில் அது உயர்ந்த நிலையினை உடைய தற்சார்பற்ற வாழ்வியல் முறையாக மாற்றம் பெற்றது.

அவரது தனிப்பட்ட வாழ்வு, அவரது முன்னோரது வாழ்வில் இருந்து துண்டிக்கப்பட்டிருந்தது. கிராமம், சாதி, பிராந்திய அடையாளங்கள் ஆகியவற்றில் இருந்து துண்டிக்கப்பட்டு வேரற்றவராய் ஆக்கப்பட்டிருந்த தர்மபால பௌத்தர் என்ற அடையாள உணர்வை இறுகப் பற்றிக் கொண்டார். பௌத்தம் அவருக்கு அடையாள உணர்வை வழங்கியது. சாதி முதலிய அடையாள உணர்வுகள் இல்லாத காரணத்தால் சிங்கள சமூகத்தின் எல்லாப் பிரிவினரையும் அவரால் அணுக முடிந்தது. கிறிஸ்தவ மிசனரிகளோடு அவர் இடையறாத சர்ச்சைகளில் ஈடுபட்டார். விட்டுக் கொடுக்காத இயல்புடைய போராட்டகாரராக அவர் விளங்கினார். பௌத்த மதம் சார் தீவிர உணர்வும், வேகமும் அவரது நடவடிக்கைகளில் வெளிப்பட்டன. ‘விஸ்கியும் மாட்டி றைச்சியும் விழுங்கும் அஞ்ஞானிகள்’ என்று கிறிஸ்த்தவர்களைத் தூஷித்த அவர் ‘பழமை வாய்ந்த ஆரிய இனத்தின் குழந்தைகளை இவ் அஞ்ஞானி களின் பலிபீடத்தில் தியாகம் செய்வதா? அதர்மம் இந்நாட்டில் எந்தளவு காலத்திற்கு நீடிக்கப் போகிறது? என்று குமுறினார். தீயவர்களை வெற்றி கொள்ள எழுமின் விழிமின், ஒன்றிணைவீர் என்று அறைகூவல் விடுத்தார். தர்மபாலவை ஒரு புரட்டஸ்தாந்திய பௌத்தர் (Protestant – Buddhist)

என்று கணநாத் ஒபயசேகர கூறுகிறார். பௌத்தமத அமைப்புக்களிலும் நிறுவனக் கட்டமைப்புக்களிலும் புரட்டஸ்தாந்திய கிறிஸ்தவத்தின் சீர்திருத்த வாத விழுமியத்தைப் புகுத்த இவர் முயன்றார். கிராமியப் பண்பாட்டில் இருந்து அந்நியப்பட்டவர்களான சிங்கள சமூகத்தின் ஒரு பிரிவினர் மீது தர்மபாலவின் சிந்தனைகள் பெருந்தாக்கத்தை ஏற்படுத்தின. தர்மபாலவும் கிராமப் பண்பாட்டில் இருந்து அந்நியப்பட்ட சமூகப் பிரிவைச் சேர்ந்த ஒருவராக இருந்தமையாலும், பிரித்தானியரால் உருவாக்கப்பட்ட அரசியல் பொருளாதாரக் கட்டமைப்பின் கட்டுப்பாட்டிற்குள் தோன்றி வளர்ச்சி பெற்ற, கொழும்பு உயர் குலத்தின் உறுப்பினராக இருந்தமையாலும், இவ் வகுப்பினரின் உணர்வுகளை நன்கு வெளிப்படுத்தக்கூடிய ஒருவராக விளங்கினார். ஆரம்பத்தில் தர்மபாலவின் கருத்துக்கள் கிராமப்புறச் சிங்கள அறிவு ஜீவிகள் வகுப்பைக் கவர்ந்தன. காலப்போக்கில் முழுச் சிங்கள சமூகத்தின் மீதும் அவரது சீர்திருத்தக் கருத்துக்கள் பெரும் தாக்கத்தை ஏற்படுத்தின.

சிங்கள பௌத்த அடையாள வலியுறுத்தல்

அநகாரிக தர்மபால இலங்கையில் சிங்களச் சமூகத்தில் அடையாள வலியுறுத்தல் (Identity affirmation) என்னும் செயன்முறையைத் தொடக்கி வைத்தார். முதலில் அவர் தனது சொந்த அடையாளத்தைத் தேடிக்கண்டு பிடித்து, அதனை வலியுறுத்திக் கொண்டார். பௌத்தர் என்பது அவரது தனிப்பட்ட நிலையில் எதிர்கொண்ட அடையாளச் சிக்கல்களில் இருந்து தமக்கு உளவியல் நிலைப்பட்ட தீர்வைத் தேடிக்கொண்டதன் விளைவாகும். அவரின் சுயமதிப்பும், கௌரவமும் பாதிப்புற்று, வெட்கமடையும் நிலை தோன்றிய போது அவரின் சுய அடையாள வலியுறுத்தல் அவருக்கு மன உறுதியை வழங்கியது. தர்மபால தன்னைப் போன்றே பிற சிங்கள பௌத்தர்களும் தம் அடையாளத்தை வலியுறுத்த வேண்டும் என விரும்பினார். தனிநபர் ஒருவரின் தேவைகள் சமூகத்தின் தேவைகளுடன் ஒருங்கிணைவதற்கு சிறந்தவோர் உதாரணம் இதுவெனலாம். தர்மபாலவின் முயற்சியின் பயனாக இன்று சிங்கள பௌத்தர்கள் தமது கூட்டு அடையாளத்தை (Collective Identity) இடைவிடாமல் வலியுறுத்திக் கொண்டிருக்கின்றனர். சிங்கள பௌத்தர் என்ற இனக்குழும (Ethnic group) அடையாளம் ஒரு கூட்டு அடையாளம் ஆகும். இது கூட்டு அடிமன எண்ணங்களாக அன்றி உணர்வு நிலையில் வெளித்தெரியும். செயல் முறையுமாகும். வெளிப்படையான குறியீடுகள், குறிப்பிட்ட நடத்தைகள் என்பனவும் இனக்குழுமத்தின் தோற்றம் பற்றிய புராணப் புனைவுகளைப் பரப்புவதால் ஆரிய செயல்முறைகளைச் சமூகத்தில்

பரப்புவதும் இவ் அடையாள வலியுறுத்தலில் அடங்குவன. சிங்கள பௌத்தர் தம்மைப் பற்றிக் கொண்டுள்ள தாழ்வுணர்ச்சியைப் போக்கி சுயமதிப்பை உயர்த்தும் உளவியல் செயன்முறையாக இது அமைகின்றது. சமூகவியல் நோக்கில் இவ் உளவியல் செயன்முறை இனக்குழும உணர்வு (Ethnic Consciousness) உருவாக்கத்தின் ஒரு கூறாக அமைவதே எனலாம். இக்குழும உணர்வு உருவாக்கம் ஒரு சிக்கலான செயன்முறை. அதனை ஊக்கி வேகப்படுத்தும் உளவியல் உந்துசக்தி பின்வரும் சந்தர்ப்பங்களில் தோன்றும்.

அ) குழுவின் ஐக்கியத்தை வெளிப்படுத்தும் தேவை உருவாதல்.

ஆ) இனக்குழும அடையாளம் சிதைவுற்றுப் போகும் நிலை ஏற்படுதல்..

இ) ஒரு இனக்குழுமத்தின் சுய அடையாளமும் சுயபடிமமும் இத்தகையது என்ற தெளிவற்ற நிலை இருத்தல்.

அநகாரிக தர்மபால அடையாள வலியுறுத்தல் செயன்முறையை எவ்விதம் நெறிப்படுத்தினார் என்பதனையும் அவரின் கருத்துக்களினால் கவரப்பட்டோர் யார், எத்தகையோரை பிரதான இலக்குக் குழுவாகக் கொண்டு அவர் செயற்பட்டார் என்ற விடயங்களையும் அடுத்து விபரிப்போம். இவரது கருத்துக்களால் கவரப்பட்ட சமூகக் குழுவினரை கிராமப்புறத்து அறிவு ஜீவிகள் வகுப்பு என்று கூறலாம். பாடசாலை ஆசிரியர்கள், புத்தபிக்குகள், ஆயுர்வேத வைத்தியர்கள் பலதிறப்பட்ட அரச உத்தியோகங்களை வகித்தவர்கள், கிராமச்சபைகள் என அக்காலத்தில் அழைக்கப்பட்ட உள்ளூ ராட்சிச் சபைகளின் உறுப்பினர்கள் ஆகியோர் இவ் அறிவு ஜீவிகள் வகுப்பின் உறுப்பினராவார். அவர்கள் கிராமங்களில் வசித்தனர். ஆயினும் கிராமத்துக் குடியான் வகுப்பில் இருந்து வேறுபட்ட சமூகக் குழுவாக இருந்தனர். அவர்கள் சிங்கள மொழி மூலம் கிராமத்துச் சிங்களப் பாடசாலைகளில் கல்வி கற்றனர். அவர்களது விருப்பங்களும் ஆசைகளும் உயர்வாக இருந்தன. தம் பிள்ளைகளும் வாழ்க்கையில் உயர்நிலை அடைய வேண்டும் என அவர்கள் விரும்பினர். ஆயினும் அரசியல் நிலையிலும், பொருளாதார நிலையிலும் அதிகார மையங்களில் இருந்து தாம் தூரத்தே விலக்கி வைக்கப்பட்டுள்ளதை உணர்ந்தனர். கிராமத்தின் தலைமைத்துவத்தை ஏற்றிருந்த இந்த வகுப்பினரை நோக்கியதாகவே தர்மபாலவின் கருத்துக்கள் அமைந்தன.

புதியதும், புத்துயிர் ஊட்டப்பட்டதுமான பௌத்தக் கருத்தியலைத் தர்மபால அறிமுகம் செய்தார். ஐரோப்பியர் வருகைக்கு முன்னர் இலங்கையில் சிங்களவர் என்ற அடையாளம் பௌத்தர்களையும் உட்படுத்தியதாக இருந்தது.

புதிய கருத்தியல் சிங்களவர் - பௌத்தர் என்ற இரண்டும் இணைந்ததாகவும், இரண்டிற்கும் அழுத்தம் கொடுப்பதாகவும் இருக்கவேண்டிய தேவை இருந்தது. அத்தகைய அடையாளம் பௌத்தர் அல்லாத சிங்களவரையும், பிற இனத்தவர்களையும் பிரித்தும் வேறுபடுத்தியும் காட்டியது. பிற இனத்தவர்கள் சிங்களவர் அல்லாதவர்கள், அத்தோடு அவர்கள் பௌத்தர் அல்லாதவர்கள் எனற வேறுபாடு அழுத்தம் பெற்றது.

தர்மபால தமது அடையாள வலியுறுத்தல் வேலைத்திட்டத்தை சக்திமிக்க உத்திகளைக் கைக்கொண்டு முன்னெடுத்தார். அவரின் உத்திகள் மிக எளிமையான வைகளாகவும் இருந்தன. தமது மூடத்தனத்தை நினைத்து மக்களை வெட்கமுறச் செய்தார். மேற்கு நாட்டவரின் நடைமுறைகளை பாவனை செய்வதையும், அந்நிய சமயத்தை ஏற்றிருப்பதையும் கேலி செய்தார். அவர்களது சுயமதிப்பை தாழ்வுறச் செய்து, நாணமுறச் செய்த அவர், சிங்களவரின் கடந்துபோன பொற்காலத்தைச் சுட்டிக்காட்டி அவர்களின் சுயமதிப்பை உயர்த்தவும் செய்தார். தனது சொற்பொழிவுகளிலும் 'சிங்கள பௌத்தய' (சிங்கள பௌத்தர்) என்ற செய்திப் பத்திரிகையிலும் மேற்குமயமாதலுக்கு உட்பட்ட சிங்கள உயர் வகுப்பினரைச் சாடினார். கடந்துபோன காலத்தின் பெருமைகளை எடுத்துக் கூறினார். கீழ்வரும் கூற்று அவரது பிரச்சார உத்திகளுக்கு வகை மாதிரியாக அமைவது

"இலங்கையின் இளைஞர்களே! நான் உங்களுக்குக் கூறக்கூடியது இதுதான். அந்நியனை நம்பாதீர்கள் - அவன் உங்களுக்கு சாராயம், விஸ்கி, கள்ளு, இறைச்சி என்பவற்றைத் தருவான். மலிவு விலையில் தன் விற்பனைப் பொருட்களைப் பெற்றுச் செல்லும்படி கூறுவான். துட்டகைமுனு மன்னன் சொல்லியவற்றை உங்கள் உள்ளத்தில் இருத்துங்கள் அப் பெருமன்னனின் சிந்தனைகளை எண்ணிப் பாருங்கள். அவன் பௌத்தத்தையும் எமது தேசிய உணர்வையும் அழிந்தொழிந்து போகாது பாதுகாத்தவன் என்பதை உணருங்கள்."

சிங்களவரின் கடந்த காலத்தை இலட்சிய உலகாகக் காட்டிய அவர், அதனை மீளவும் உயிர்ப்பிக்க வேண்டும் என்றார். எமது இனத்தைப் போன்றே நாகரிகம் படைத்த வேறு ஒரு இனம் உலகில் வேறெங்குமே கிடையாது. 'சிங்கள இனம் ஈட்டியதைப் போன்ற மாபெரும் வெற்றிகளை ஈட்டிய இனம் இப்பூவுலகில் வேறு எங்கும் இல்லை' என்றெல்லாம் சிங்கள இனத்தின் கடந்தகாலப் பெருமையை அவர் எடுத்துக் கூறினார். இன்றைய தாழ்நிலைக்குக் காரணம் மிசனரிகளும் காலனியவாதிகளும் புகுத்திய

மேற்கத்தைய கலாசாரம் ஆகும் என்றும் அவர் குறிப்பிட்டார். அவரின் சிந்தனைப்படி இந்த நாடு சிங்களவர்களுக்கு மட்டுமே உரியது. இங்கு தமிழர்களுக்கோ முஸ்லீம்களுக்கோ இடம் கிடையாது. இவ் இருபிரிவினரையும் சிங்கள மக்களைச் சுரண்டுபவர்களாகவே அவர் கருதினார். கிறிஸ்தவர்களை இறைச்சியை உண்ணும் 'தாழ்ந்த சாதி' என்று தூற்றினார். சிங்களவர் நாட்டைச் சிங்களவரே ஆளவேண்டும் என்றும் அவர் கூறினார். இடையிலேயே சிங்களவர் என்ற சொல்லை எல்லாச் சிங்கள மக்களையும் உள்ளடக்கியதாக அவர் உபயோகித்த போதும், அவரது கண்டன உரைகளிலும் எழுத்துக்களிலும் சிங்கள பௌத்தர், சிங்கள பௌத்தர் தேசம் ஆகிய கருத்துக்களே ஓங்கி ஒலித்தன.

தர்மபாலவின் போதனைகளின் தாக்கம் உடனடியாகவே வெளிப்படலாயிற்று. சிங்களவர்கள் தமது பெயர்களை மாற்றத்தொடங்கினார்கள். பெயர்கள் ஒருவரின் அடையாளக் குறிகளாகும். ஒருவர் தம் பெயரை மாற்றுவது தனது சொந்த அடையாளம் பற்றிய உணர்வின் வெளிப்பாடாகும். ஐரோப்பிய பெயர்களையும் தமது சொந்தப் பெயராக வைத்துக் கொண்டிருந்தவர்கள் சிங்களப் பெயர்களாக அல்லது பௌத்தப் பெயர்களாக தமது பெயர்களை மாற்றிக் கொண்டனர். இவ்வாறு பெயர் மாற்றம் செய்வதில் கிராமப்புறத்து விவசாயக் குடியான்கள் அக்கறை காட்டவில்லை. அந்நியப்பட்ட உணர்வால் பீடிக்கப்பட்ட புத்திஜீவி வகுப்பினரே தமது பெயர்களை மாற்றிக் கொண்டனர். விரைவில் இது எல்லோர் மத்தியிலும் பரவலாயிற்று. 1930 களில் எல்லாப் பெற்றோர்களும் தம் பிள்ளைகளுக்கு சிங்கள அல்லது பௌத்த பெயர்களை வைத்துக் கொண்டனர். கிறிஸ்தவர்கள் கூட இவ்வாறு பெயர் மாற்றத்தில் ஈடுபட்டனர். தம் பெயர்களை மாற்றிக் கொள்ளாதவர்கள் பலர் தம் பிள்ளைகளுக்காவது சிங்கள – பௌத்த பெயர்களைச் சூட்ட விரும்பினர். சிங்களவரிடையே பெண்களின் உடை, நாகரிக பாணி என்பனவற்றிலும் சடுதியான மாற்றம் ஏற்பட்டது. கரைநாட்டுச் சிங்களவரில் பணம் படைத்த பிரிவினராக இருந்தோரின் குடும்பப் பெண்கள் ஐரோப்பிய பாணியில் உடைகளை அணிந்து வந்தனர். இப்பிரிவினர் மூன்று நூற்றாண்டுகளுக்கும் மேலாக ஐரோப்பிய நாகரிகத் தொடர்பிற்கு உட்பட்டிருந்ததே இதற்கான காரணமாகும். தர்மபால தமது சொற்பொழிவுகளில் சிங்களப் பெண்களின் இந்த உடைகளை கேலி செய்தார். தனது பத்திரிகையில் கேலிச் சித்திரங்களையும் வெளியிட்டார். இவ்விடயத்திலும் அவர் கையாண்ட உத்தி அவமான உணர்வைக் கிளர்ந்தெழச் செய்வதாகும். மேற்கத்தைய பாணி உடைகளை அணிவதை வெட்கத்திற்குரியதாக்கி, தாழ்வுணர்ச்சியை

ஏற்படுத்தியதோடு மாற்று உடையொன்றையும் அறிமுகம் செய்தார். அவர் பெண்களை இந்திய சாறிகளை அணியும்படி கூறினார். இப்புதிய ஆடையை அநகாரிக தர்மபால தம் தாயாரையே முதலில் அணியச் செய்தார். விரைவில் இந்திய சாறி கரைநாட்டுச் சிங்களப் பெண்களின் 'தேசிய' உடையாயிற்று பௌத்தக் கொடி மிக முக்கியமான கண்டுபிடிப்பு ஆகும். இதனை ஒல்கொட் அறிமுகம் செய்தார். தர்மபால பிரபலப்படுத்தினார். இதுவரை காலமும் இல்லாத பௌத்தக் கொடி அறிமுகமாயிற்று இதற்கு முன் சிங்களவரின் அடையாளத்தைக் குறிக்கும் சிங்களக் கொடி இருந்து வந்தது. சிங்களவர் என்றால் பௌத்தர்களையும் உள்ளடக்கியதால் சிங்களக் கொடியே போதியதாக இருந்தது. தர்மபால பௌத்தர் என்ற அடையாளத்தை வலியுறுத்தியதால், பௌத்தக் கொடி அவசியமாயிற்று. விரைவில் அக்கொடி எங்கும் புகுந்தது. எல்லாவிதச் சடங்குகளிலும், நிகழ்வுகளிலும் பௌத்தக் கொடி பறக்க விடப்பட்டது. தேசிய வாழ்க்கையில் கொடி என்னும் விடயம் சர்வசாதாரண அம்சமாக உள்வாங்கப்பட்டது. கொடி என்பது அமெரிக்கப் பண்பாட்டின் அண்மைக்காலக் கண்டுபிடிப்பு என்பதனை பலர் உணர்வதே இல்லை.

'ஒரு சமூகத்தின் பண்பாட்டின் மையக்கருப்பகுதி' யோடு தொடர்புறாத அடையாளத்தில் அர்த்தம் இல்லை என்று எரிக்சன் (Erikson) என்ற உளவியலாளர் கூறினார். மரபு வழியில் பௌத்தத்தின் மையக்கருப்பகுதி என்பது கிராமத்து விவசாயக் குடியான் வாழ்வுடன் தொடர்புடையது. இருபதாம் நூற்றாண்டில் சமூக மாற்றங்களின் விளைவாக நகரங்கள் தோன்றின. பொருளாதாரத்திலும் பெருமாற்றங்கள் ஏற்பட்டன. தர்மபால பௌத்தத்திற்குப் புதிய திசை வழியைக் காட்டினார். அவர் வகுத்துக் கொண்ட அடையாளத்திற்கு ஏற்றதாக இவ்வழி அமைந்தது. பௌத்தத்தினை இவ்வுலக வாழ்வுடன் அவர் தொடர்புபடுத்தினார். அவர் காட்டிய வாழ்நெறி புரட்டஸ்தாந்திய மாதிரியில் அமைந்தது. அநகாரிக என்ற சிங்கள பௌத்த மாதிரி தொடக்ககால காலனிய வகை சீர்திருத்த வாதத்தை ஒத்தது. அது இவ்வுலகில் வாழ்ந்து கொண்டே, ஒரு துறவியாகவும் இருப்பதைக் குறிக்கின்றது. (This worldly asceticism) அநகாரிக தர்மபால இக்காலப் பௌத்தர்களுக்கு ஒரு நபர் என்பதை விட ஒரு குறியீடாகவே அமைகின்றார். பௌத்த சமய பாளி நூல்களில் 'அநகாரிக' என்ற சொல் 'வீடற்றவர்' என்ற பொருள் உடையதாய், பிக்குகளை மட்டுமே குறிப்பிடப் பயன்பட்டது. அம் மொழியில் துறவி என்ற சொல்லும் அநகாரிக என்ற சொல்லும் ஒரே பொருள் உடையன. அநகாரிக என்ற சொல்லை வழக்கிற்குக் கொண்டு வந்த தர்மபால அதற்குப் புதிய அர்த்தம் கொடுத்தார்.

இல் வாழ்வோரான புத்த சமயிகளுக்கும் துறவிக்கும் இடைப்பட்ட நிலையில் இவ்வுலகில் வாழ்ந்து கொண்டே துறவையும் மேற்கொள்பவர் என்ற அந்தஸ்தில் அநகாரிக என்பவர் வைக்கப்பட்டார். இது பௌத்த சமய மரபில் அறியப்படாத புதிய கண்டுபிடிப்பு ஆகும். சமூகத்தில் வாழ்ந்து கொண்டே 'வீடற்ற வாழ்வு' வாழ்வதை அநகாரிக என்ற சொல் குறித்தது.

அநகாரிக தர்மபாலவின் எழுத்துக்கள் கிராமத்து விவசாயக் குடியான் மக்களை நோக்கியதாய் இருக்கவில்லை. அவர் சிங்கள மொழியில் கற்ற மக்களையும், இரு மொழிக் கல்வி உடையோரையும் நோக்கித் தம் கட்டுரைகளை வரைந்தார். கல்வி கற்ற இவ் வகுப்பின் சுயமதிப்பை ஓங்கச் செய்தார். தர்மபால நவீன பௌத்தத்தின் நோக்கத்தையும் இலக்குகளையும் வரையறை செய்யும் பிரகடனத்தையும் வெளியிட்டார் எனலாம். நவீன பௌத்தத்திற்கு அவர் இருவிடயங்களை வழங்கினார். இவ்வுலக வாழ்வை வாழ்ந்து கொண்டே துறவியாகவும் இருக்கலாம் என்ற இலட்சியத்தை மக்கள் முன்வைத்தார். சிங்கள மக்களின் சோம்பல், முயற்சியின்மை ஆகியவற்றை அவர் கண்டித்தார். சிக்கனம், சேமிப்பு, கடும் உழைப்பு, ஆகியவற்றை உயர் விழுமியங்கள் எனக் குறிப்பிட்டார். தேவதைகளை வணங்கி அவற்றிடம் வாழ்வியல் நன்மைகள் கோரும் வணக்க முறைகளைக் கைவிடும் படியும் வேண்டுதல் விடுத்தார். பெற்றோர் தம் பிள்ளைகளுக்குத் தியானத்தில் ஈடுபடுவதைக் கற்பிக்க வேண்டும் எனக் கூறினார். இது அக்காலத்தில் புதியதோர் கருத்தாக இருந்தது. ஏனெனில் புத்த சமயிகளில் முதியோர் மட்டுமே தியானம் செய்யும் வழக்கம் அன்றுவரை இருந்து வந்தது. இறைச்சி உண்பதையும் மது அருந்துதலையும் திரும்பத் திரும்பக் கண்டனம் செய்தார். ஆயினும் மீன் உணவை உண்பது பற்றி அவர் ஏனோ மௌனம் காத்தார்.

நவீன பௌத்தம் பற்றிய அவரது பிரகடனத்தின் இரண்டாவது அம்சம் புத்த சமயிகளுக்கு உரிய ஒழுக்கம் ஆகும். பௌத்த சமய நூல்களில் துறவிகள் அல்லாத புத்த சமயிகளுக்கான ஒழுக்க விதிகள் வரன்முறையாக வகுத்துக் கூறப்படவில்லை. புத்த சங்கத்தை சேர்ந்தோருக்கான ஒழுக்க விதிகள் மட்டும் தெளிவாகக் கூறப்பட்டுள்ளன. குறிப்பாக நன்னடத்தையும் நற்பழக்க வழக்கங்களும் எடுத்துக் கூறப்பட்டுள்ளன. திரிபிடகத்தின் சிகலவாதசூக்த போன்ற சில பகுதிகளில் சாதாரண மக்களுக்கு உரிய ஒழுக்கங்கள் கூறப்பட்டுள்ளன. புத்த சமயிகள் இன்னவாறு ஒழுக வேண்டும் என்ற கட்டுப்பாடான விதிகள் புத்த சமயத்தில் இல்லாத படியால், அச்சமயம் குடியான் சமூகங்களிடம் பரவியது. இக்குடியான் சமூகங்களிடம் பரவிய பௌத்தம் வெவ்வேறு அறஒழுக்க நெறிகளை அனுமதித்தது. இதனால்

இவை ஒன்றோடொன்று முரண்பாடானவையாகவும் இருந்தன. 1898 ஆம் ஆண்டு அநகாரிக தர்மபால The Daily Code for the Laity (புத்த சமயிகளுக்கான தினசரி ஒழுக்க விதிகள்) என்ற நூலை வெளியிட்டார். இந்நூல் சமயிகளுக்கான ஒழுக்க விதிகளை திட்டவட்டமாக எடுத்துரைத்தது. 1958ஆம் ஆண்டு இதன் 19ஆவது பதிப்பு வெளியானது. அந்நூல் 50,000 பிரதிகள் வரை விற்பனையாகியது. புத்த சமயிகளுக்கான ஒழுக்கவிதிகள் என்னும் நூலில் பின்வரும் விடயங்கள் விரிவாகக் கூறப்பட்டிருந்தன.

- உணவு உண்ணும் முறை - (25 விதிகள்)
- வெற்றிலை சப்புதல் - (6)
- சுத்தமான ஆடைகளை அணிதல் - (5)
- மலசலகூடத்தை எப்படி உபயோகிக்க வேண்டும் - (4)
- வீதியில் நடந்து செல்லும்போது கடைப்பிடிக்க வேண்டிய நற்பழக்க வழக்கங்கள் - (10)
- பொதுமக்கள் கூடும் இடங்களில் நடந்துகொள்ளும் முறை - (19)
- பெண்கள் கடைப்பிடிக்க வேண்டியவை - (30)
- சிறுவர்கள் கடைப்பிடிக்க வேண்டியவை - (18)
- சங்க (துறவிகள்) முன்னிலையில் புத்த சமயிகள் நடந்து கொள்ள வேண்டிய முறை - (5)
- பேரூந்துகளிலும், ரயில் வண்டியிலும் பயணிக்கும் போது நடந்து கொள்ளும் முறை - (8)
- கிராமப் பாதுகாப்புச் சங்கங்கள் செய்ய வேண்டியவை- (8)
- நோயாளிகளைப் பார்வையிடச் செல்லும் போது நடந்து கொள்வது எப்படி? - (2)
- மரணச்சடங்கு - (3)
- வண்டிக்காரர்களுக்கான விதிகள் - (6)
- சிங்களவரின் உடைகள் - (6)
- சிங்கள ஆட்பெயர்கள் - (2)

- ஆசிரியர்கள் செய்ய வேண்டியவை - (11)
- லேயாட்கள் நடந்துகொள்ள வேண்டிய முறை - (9)
- விழாக்களை எப்படிக் கொண்டாட வேண்டும் - (5)
- கோவில்களில் சமய பக்தர்கள் (ஆண்களும் பெண்களும்) நடந்து கொள்ள வேண்டிய முறை
- பிள்ளைகள் பெற்றோரைப் பேணி நடக்கும் முறை - (14)
- வீட்டுச் சடங்குகள் - (1)

அநகாரிக இவ்வாறு ஒழுக்க் விதிகளை புத்த சமயிகளுக்கான வாழ்க்கை வழிகாட்டியாக வரைந்தளித்தார். இந்த விதிகளை வாசித்துப் பார்க்கும் போது இவை படித்தவர்களான சிங்கள புத்தி ஜீவிகளுக்காக எழுதப்பட்டதென்பது புலனாகும். விவசாயக் குடியான்களின் பழக்கவழக்கங்களை இவை தவறென விளக்குவதைக் காணலாம். உதாரணமாகத் தகாத பழக்கவழக்கங்களாக, அருவருப்பை ஏற்படுத்தும் உண்ணுதல் முறை, உடையணிதல், மலசலம் கழித்தல் ஆகியவற்றில் சுத்தம் பேணாமை, கண்டபடி வெற்றிலை சப்புதல், பிறரை விளிக்கும் போது மரியாதை இல்லாத சொற்களால் விளித்தல் என்பவற்றை தர்மபால கண்டனம் செய்கின்றார். (அநகாரிக தனது வேலையாள் ஒருவருக்கு எழுதிய கடிதம் ஒன்றில் மரியாதையற்ற சொற்களால் அவ் வேலையாளை விளித்துள்ளார்) அவர் வகுத்த ஒழுக்க விதிகள் 'எழுச்சி பெறும் சிங்கள உயர் குழாமிற்கு' உரிய விதிகளே என்பது வெளிப்படையானது.

தர்மபாலவின் ஒழுக்க விதிகளில் பல சிங்களவரின் மரபுவழிப் பண்பாடு சார்ந்த ஒழுக்கங்களாக இருந்தன. ஆயினும் அவர் கூறியவற்றில் பல மேற்கு நாட்டுப் பண்பாட்டின் ஒழுக்க விதிகளுமாகும். கிராமத்து விவசாயக் குடியான்களின் நடைமுறையை வகுப்பதற்கு அவர் மேற்கு நாட்டு அளவு கோல்களையே பயன்படுத்தினார். ஆதலால் தர்மபால மரபுவழி ஒழுக்க விதிகளையும், தாம் பிறந்து வாழ்ந்த செல்வந்த வகுப்பின் சமூக ஒழுக்க விதிகளையும் கலந்தவொரு விதிமுறையையே உருவாக்கினார் எனலாம். இவ்வாறாக அவர் மேற்கு நாட்டு புரட்டஸ்தாந்திய அறநெறிகளை உள்வாங்கி, மரபு வழிச் சிங்கள அற ஒழுக்க நெறிகள் என இலட்சியப்படுத்தியுள்ளார். இதனையே நாம் புரட்டஸ்தாந்திய பௌத்தம் என்று குறிப்பிட்டோம். அநகாரிகவின் கருத்தியல் நிலைப்படி அவர் மேற்கத்தைய முறைகளை நிராகரிக்கும் நோக்கம் உடையவராக இருந்தார். ஆயினும் அவர் வகுத்

துரைத்த ஒழுக்க விதிமுறைகளில் கரண்டியையும், முள்ளுக்கரண்டியையும் உணவு மேசையில் எப்படி உபயோகிக்க வேண்டும் என்ற விதிமுறைகளையும் கூறுகின்றார்!. அவர் மேற்கு உலகை எவ்விதம் பற்றுதலோடு நோக்கினார். என்பது அவரின் கட்டுரைகளில் சில இடங்களில் வெளிப்பட்டுத் தெரிகிறது.

ஐரோப்பா முற்போக்கானது, ஐரோப்பியர்கள் தமது சமயத்திற்கு வாரத்தின் ஒருநாளை ஒதுக்கி வைத்திருக்கிறார்கள். மிகுதி ஆறு நாட்களும் நவீன விஞ்ஞான முறைகளுக்கு ஏற்றபடி வாழ்கிறார்கள். சுத்தம்பேணல், கவின் கலைகளில் ஈடுபடுதல், மின்சாரத்தைப் பயன்படுத்தல் ஆகியன ஐரோப்பியர்களினதும் அமெரிக்கர்களினதும் வாழ்நிலையை உயரச் செய்துள்ளது. ஆசியாவெங்கும் அபின் உண்பவர்களும், கஞ்சா குடிப்பவர்களும் நிறைந்துள்ளனர். கீழான புலனின்ப வேட்கையால் இவர்கள் அழிகின்றனர். இவர்கள் மூடக் கொள்கைகளாலும், சமயநெறியாலும் பீடிக்கப்பட்டவர்கள். ஆசிய மக்களிடம் மூடத்தனத்தையே தெய்வ வழிபாடுகள் பரப்பியுள்ளன. சமயக்குருமார் ஆசிய மக்களை அறியாமையில் அமிழ்த்தி உள்ளனர் என்று அவர் ஓரிடத்தில் எழுதியுள்ளார்.

அநகாரிக தர்மபால பௌத்தத்திற்கு இவ்வுலக வாழ்வுடனான துறவு என்ற மாதிரியை வழங்கினார். அவர் வாழ்ந்த காலத்தில் அரசியல் யாப்புச் சீர்திருத்தத்தில் அவர் செலுத்திய செல்வாக்குக் குறைவு. அவர் அன்று மெள்ள மெள்ள மேற்கிளம்பும் சிங்கள உயர்குழாம் ஒன்றின் மீது செல்வாக்கைச் செலுத்தினார். கிராமத்து புத்தபிக்கு, பாடசாலை ஆசிரியர், நொத்தாரிஸ், ஆயுர்வேத வைத்தியர், அரசாங்க எழுதுவினைஞர் ஆகியோரே அவரால் கவர்ந்திழுக்கப்பட்டவர்கள். இப் பிரிவினரே 1956 தேர்தலில் இலங்கையின் அரசியல் அதிகாரத்தின் மாற்றத்திற்கு வழிசமைத்தவர்கள். என்றும் இது ஒரு தீவிர மாற்றமாகும். என்றும் றிஜின்ஸ் (Wriggins) என்ற ஆய்வாளர் குறிப்பிட்டுள்ளார். இப் பிரிவினருக்கு முன்மாதிரியான எடுத்துக் காட்டாக அநகாரிக தர்மபாலவின் கொள்கைகள் அமைந்தன.

(i) தேசியவாத உணர்வு

(ii) கடந்தகாலப் புகழ் பற்றிய பெருமிதம்

(iii) பொருளாதாரத்தை முதன்மைப்படுத்தாததும் சமூக - அரசியல் தன்மையுடையதுமான இவ்வுலக வாழ்வை முதன்மைப்படுத்தும் துறவு.

ஆகியன அவர் கொள்கையின் முக்கிய அம்சங்களாகும். அவருக்கு பின்னர் அநகாரிக என்ற மாதிரியுடன் தொடர்புடைய உடையை அணிந்து

அத்தகைய வாழ்நெறியைப் பின்பற்றியோர் வெகுசிலரே. இருப்பினும் அநகாரிக வகிபாகம் பலரால் ஏற்கப்பட்டதாயிற்று இவ்வுலக வாழ்வுடன் இணைந்த துறவு (This worldly asceticism) நகரம்சார் உயர்குழாம் வகுப்பின் பௌத்தத்தின் கடும் தூய்மைவாத அற ஒழுக்கத்தின் பிரிக்க முடியாத அம்சமாக ஆகியது. இதன் முக்கிய அம்சங்களாவன

1. பௌத்த தர்ம தத்துவத்தின் மீது பற்றுதல்.
2. 'கடுமையான' ஒழுக்கவிதிகளுக்கு முக்கியத்துவம் கொடுத்தல்.
3. சிறுவர் முதல் பெரியோர் வரை தியானத்தில் ஈடுபடுதல்.
4. ஏனைய மதங்கள் மீது சகிப்புத் தன்மையை காண்பிக்காமை.
5. இலங்கை நாட்டைப் பௌத்தத்துடனும் சிங்கள மொழியுடனும் இணைத்து அடையாளம் காணுதல்.
6. சமூக - அரசியல் செயற்பாடுகளில் (பொருளாதாரச் செயற்பாடுகளைத் தவிர்த்து) ஈடுபடுதல்.

தர்மபால முன்வைத்த அநகாரிகவிற்கு உரிய ஒழுக்கநெறி இக்காலத்தில் பலராலும் பின்பற்றப்படும் அநகாரிக வாழ்க்கை நெறியில் இருந்து ஓரம்சத்தில் வேறுபட்டது. தர்மபாலவின் மாதிரி விவாகம் செய்யாது பிரம்மச்சாரியாக வாழ்தலை இலட்சியமாகக் கொண்டது. இன்றைய ஒழுக்கம் திருமணமானவர்கள், திருமணம் செய்யாதோர் ஆகிய யாவருக்கும் உரியது. தர்மபால பௌத்தத்தின் தத்துவ கோட்பாடுகளுக்கு அழுத்தம் கொடுத்தார். பௌத்த சமய தத்துவத்தின்படி மனிதனின் வாழ்க்கையில் தேவர்களும், பேய் பிசாசுகளும் தலையீடு செய்வதென்பது ஏற்கப்பட முடியாதது. தர்மபால இதனை கேலி செய்தார். குடும்ப வாழ்க்கையிலும் சமூக நடவடிக்கைகளிலும் ஈடுபட்டுள்ள இக்கால உயர் வகுப்பினருக்கு தர்மபால கேலி செய்து எழுதிய வழிபாட்டு முறைகளைக் கைவிடுவது இலகுவான காரியமன்று. இதற்கு ஒரு காரணம் உள்ளது. புத்தர் பிற தெய்வங்களைப் போன்று மனிதர்களுக்கு கேட்ட வரங்களை அருளுபவர் அல்லர். ஆதலால் உயர் குலத்தினர் தேவர்களை வழிபட்டு வரம் கேட்கிறார்கள். தேவர்களின் சக்தியை மதிப்பிறக்கும் வகையிலான புத்த தர்மக் கோட்பாட்டுடன் இவ் வழிபாட்டு முறைகள் முரண்பட்டனவாக உள்ளன.

சமூக அரசியல் மாற்றங்களும் சிங்கள பௌத்த அடையாளமும்

பௌத்த அடையாளம் பற்றி மேலே விபரித்தோம். பௌத்தம் தமது அடையாளம் எனக்கூறுவோருக்கு அவ் அடையாளம் முக்கியமானது ஆனால்

இதனை ஒரு இனக்குழுமத்தின் அடையாளமாகக் கொள்ளலாமா? சிங்கள இனத்தின் அடையாளம் சிங்களமா? அல்லது சிங்கள பௌத்தமா? இனக்குழும அடையாளம் சிங்களம் என்பதா அல்லது சிங்கள பௌத்தம் என்பதா? என்ற கேள்விக்கு அது சிங்கள பௌத்தமாகவே இன்று அமைகின்றது. என்பதே எனது பதிலாகும். சிங்கள பௌத்தர்கள் இன்று கத்தோலிக்கர்களையும், கிறிஸ்தவர்களையும் பௌத்தர்கள் அல்லர் என்பதோடு, சிங்களவரும் அல்லர் என்று கூறுகின்றனர். இதற்குக் காரணம் அவர்களின் கிறிஸ்தவ அடையாளங்கள் அந்நியமானவை என்பதாகும். இவ்வாறு கிறிஸ்தவர்களை அந்நியர்களாகப் பார்ப்பதால் கிறிஸ்தவர்கள் தமது சடங்கு வைபவங்களில் தேசிய உடையை அணிகிறார்கள். சிங்களவர்களின் புதுவருடம் போன்ற சடங்குகளைத் தாமும் கொண்டாடுகிறார்கள். சில சந்தர்ப்பங்களில் பௌத்தத்தை முதன்மையான மதமாகவும் ஏற்றுக் கொள்கிறார்கள். காலப்போக்கில் சிங்கள பௌத்தர்களிடமும் சிங்களக் கத்தோலிக்கரிடையிலும், சிங்களக் கிறிஸ்தவர்களிடையிலும் காணப்படும் பண்பாட்டு அடையாளங்கள் உள்ளடங்கிப்போய் எல்லோரும் சிங்களவர்களே என்று அடையாளம் மேற்கிளம்பலாம். இனக்குழுமம் (Ethnic) என்று சிங்கள பௌத்தர்களை அழைக்க முடியுமா? இல்லையா? என்பது ஒருபுறமிருக்க சிங்கள பௌத்த அடையாளம் இன்று முக்கிமானது. ஏனைய அடையாளங்களில் இருந்து இது வேறானது. சிங்கள பௌத்தர்கள் கூட்டாக தமது சிங்கள பௌத்த அடையாளத்தை வலியுறுத்தி வருவதோடு இலங்கை சிங்கள பௌத்த நாடு எனக் கூறிவருகின்றனர்.

அநகாரிக தர்மபால 1933 ஆம் ஆண்டு இறந்தார். 1948இல் இலங்கை சுதந்திரம் பெற்றது. 1956 இல் இலங்கையின் அரசியல் அதிகாரம் சிங்கள பௌத்தத்திற்கு உரியதாக உறுதிப்படுத்தப்பட்டது. அது சர்வசன வாக்குரிமையின் தவிர்க்க முடியாத விளைவும் ஆகும். எல்லோரும் கல்வி கற்பதும் தர்மபால உருவாக்கிய சிங்கள பௌத்தர் என்ற அடையாள உருவாக்கமும் இதற்குத் துணையாக அமைந்தன. 'இலங்கை : புதிய தேசம் ஒன்று எதிர்நோக்கும் இக்கட்டுக்கள்'. (Ceylon; Dilemmas of a new Nation) என்ற நூலில் றிஜின்ஸ் இம் மாற்றங்களை விபரித்துள்ளார். அரசியல் மாற்றங்கள் வேகமாக ஏற்பட்டதைப் போன்றே சமூக பொருளாதார மாற்றங்களும் வேகமாக ஏற்பட்டன. சனத்தொகைப் பெருக்கம், பெருந்தொகையானோர் கல்வி கற்றல், நகரங்களுக்கு மக்கள் இடம் பெயர்தல், மத்தியதர வகுப்பின் பெருக்கம், கைத்தொழில் துறைத்தொழிலாளர் வகுப்பின் பெருக்கம் ஆகியனவும் முக்கியமான மாற்றங்களாகும். இம் மாற்றங்கள் குடும்பம், உறவினர்கள்,

சாதி, பிராந்தியம் என்பனவற்றை முற்றாக நீக்காவிடினும் அவற்றில் மாற்றங்களை ஏற்படுத்தின மேற்குறித்த சமூக உறவுகளின் அடிப்படையில் உருவான விழுமியங்களும் முக்கியத்துவம் இழந்து அவ் அடையாளங்களும் மங்கத்தொடங்கின. தனிநபர் ஒருவரது பிறவகை அடையாளங்கள் மீதான பிடிப்பு தளரும் போது அவரது இனக்குழும அடையாளம் அவருக்கு முக்கியமானதாகின்றது. என நான் கருதுகின்றேன். இதற்குரிய காரணம் வெளிப்படையானது. குடும்பம், உறவினர், சாதி போன்றவை ஒருவரது முதனிலைக் குழு அடையாளங்கள் ஆகும். முதனிலைக்குழு அடையாளம் ஒரு வருக்கு பாதுகாப்பு உணர்வை வழங்குகிறது. அத்தோடு அவ் அடையாளம் குழுவில் உள்ளோரால் கிடைக்கும் வெளிப்பாதுகாப்பு ஒன்றையும் வழங்குகிறது. இவ்வகை அடையாளங்கள் தகர்ந்து போகும் போது இனக்குழும அடையாளம் தனிநபருக்கு உறுதுணையான அடையாளமாக மாறுகிறது. அவ் அடையா ளம் மீள் உயிர்ப்பிக்கப்பட்டுப் புதுவடிவம் கொண்டதாய், மாற்றமுறு சமூக நிலைமைகளுக்கு ஏற்றதாகவும் அமைகிறது. தனிநபர் தனது இருப்பிற்கு ஒரு அர்த்தத்தையும் உணருகின்றனர். இவ்வாறான அடையாளங்கள் கம்யூனிசம் போன்ற கருத்தியல்கள் மூலமும் மக்களுக்கு வழங்கப்படலாம். அவ்வாறான கருத்தியல்கள் கூட யாவரையும் உள்ளடக்கியதான இனக்குழும அடையாளம் ஒன்றினால் புத்துயிர் அளிக்கப்படலாம் என்பதற்கு சீனக்கம்யூனிசம், ரஷ்யக் கம்யூனிசம் என்பன உதாரணங்களாகும். இலங்கையில் நகரமயமாக்கம் ஏற்பட்ட வேளையில் உருவான நகரமயமாக்கப்பட்ட படித்த வர்க்கத்திற்கு அநகாரிக தர்மபாலவின் சிங்கள பௌத்த அடையாளம் வாழ்க்கைக்கான நியமங்களை எடுத்துரைப்பதாய் அமைந்தது. 1956 இல் சிங்கள பௌத்தர் களின் கரங்களில் ஆட்சி அதிகாரம் கைமாறியது. இவ்வதிகாரம் கிடைத்ததும் இப் பிரிவினர் இலங்கையை சிங்கள - பௌத்த நாடு என்று கூறிக்கொள்வது சாத்தியமாயிற்று. சிங்களத்தோடு பௌத்தத்தையும் இணைத்த தேசியத்தை அவர்கள் அடையாளமாகக் கொண்டனர். இவை யாவற்றினதும் ஒன்றிணைந்த விளைவாக சிங்கள பௌத்த அடையாளத்தின் குறியீடுகள் இலங்கையின் நகர்ப்பகுதிகளில், பொது இடங்கள் எங்கும் வெளிப்பட்டன. அடையாள வலியுறுத்தலின் வினோதமான இப்போக்கு இலங்கையின் நகரங்கள் எங்கும் அடையாளச் சின்னங்கள் வடிவில் வெளிப்பட்டன. இதற்குப் பின்னணியாகச் சிக்கலான சமூக பொருளாதார காரணிகள் செயற்பட்டதை நான் இன்னோர் கட்டுரையில் விளக்கி எழுதியுள்ளேன். நான் இக் கட்டுரையில் அடையாள வலியுறுத்தல் என்னும் ஓர் அம்சம் பற்றியே விளக்கிக்கூற விரும்புகிறேன். இவ் அடையாள வலியுறுத்தல் இலங்கையை சிங்கள பௌத்த நாடு என உரிமை கோருகின்றது. இன்று இலங்கையில் எல்லாச் சிங்களவர்களும் பௌத்தர்கள்

அல்லர் ஆயினும் எல்லாப் பௌத்தர்களும் சிங்களவர்களாகவே உள்ளனர். 16ஆம் நூற்றாண்டிற்கு முன்னர் சிங்களவர் என்றால் அது பௌத்தத்தைக் குறிப்பதாக இருந்தது போன்று, இன்று பௌத்தர் என்றால் அது சிங்களவரைக் குறிப்பிடுவதாய் உள்ளது. ஆகையால் பௌத்தர் என்ற அடையாளம் சிங்களவர் என்ற இனக்குழும அடையாளத்தை குறிக்கின்றது. இவ் அடையாள வலியுறுத்தல் எவ்வாறு செய்யப்படுகிறது என அடுத்துப் பார்ப்போம்.

கொழும்பு நகரில் ரறற் வீதி (Turret Road) என்றொரு பிரதான வீதியை அநகாரிக தர்மபால மாவத்தை என்று பெயர் மாற்றம் செய்துள் ளார்கள். இந்த வீதியால் மோட்டார் வண்டியில் சென்று பாருங்கள். இவ்வீதி யில் சென்று வலதுபக்கம் திரும்பும் போது மூன்று வீதிகள் சந்திக்கும் சுற்றுவட்டம் ஒன்று காணப்படும். இச் சுற்று வட்டத்தின் பின்னால் பெரிய அரசமரம் ஒன்று உள்ளது. (அரச மரநிழலில் புத்தர் சமாதி அடைந்தார். என்பதனால் அது புனித மரமாக உள்ளது). சுற்று வட்டத்தில் இலங்கையின் நான்கு நிலவரைப் படங்கள் நான்கு திசைகளிலும் 'கொங்கிரிட்' பலகையில் ஐந்து அடி உயரமுடையவையாகக் காட்சி கொடுக்கின்றன. ஒவ்வொரு நிலவரை படத்திலும் புத்தமதத்தின் மெய்விளக்கங்களான 'முடித' 'உபேகா' 'கருணா' 'மேத்த' ஆகிய சொற்பதங்கள் பொறிக்கப்பட்டுள்ளன. ஒவ்வொரு நிலவரை படத்தின் உச்சியிலும் வாளொன்றை ஏந்தியபடி உள்ள சிங்கத்தின் உருவம் பொறித்த கொடி அச்சிடப்பட்டுள்ளது. இது சிங்கள மக்களின் அடையாளச் சின்னமாகும். நன்கு அலங்காரம் செய்யப்பட்ட சிங்கம் தனது காலொன்றில் இச் சிங்கக் கொடியை ஏந்தி நிற்கின்றது. சிங்கம் சிங்களவரின் தோற்ற மூலத்தைக் குறித்து நிற்கும் புராணக் கதையோடு தொடர்புடைய சின்னமாகும். இக் கதையில் கொடூர இயல்பு, தகாப்புணர்ச்சி, தந்தையைக் கொலை செய்தல் ஆகிய விடயங்கள் உள்ளடக்கப்பட்டுள்ளன. இங்கே பௌத்தத்தின் உயர் அறநெறித் தத்துவங்களுடன் அதற்கு எதிரான கருத்துக்களின் சின்னமும் ஒனறிணைத்துக் காட்சிப்படுத்தப் பட்டுள்ளதை காணலாம். பௌத்த அறநெறித் தத்துவங்கள் (முடித, உபேக்க, கருணா, மேத்த) அருவமானவை, சர்வ வியாபகமான மனிதாய விழுமியங்கள். இவற்றோடு இத்தத்துவங்களுக்கு எதிர்மறையான உருவவடிவிலான சின்னமும், காட்சிப்படுத்தப்பட்டுள்ளது. 'கொங்கீரிட்' பலகைகள் வீதியின் சுற்றுவட்டத்தில் நிறுத்தப்பட்டுள்ளமை ஒரு தெளிவான விடயத்தை ஓங்கி உணர்த்துகின்றன. சிங்கள பௌத்தர்கள் இலங்கையைத் தங்களுக்கே உரிய தேசம் என்கின்றனர் என்பதே இங்கு வெளிப்படுத்தப்படும் செய்தி.

பௌத்தத்தையும் சிங்கள புராணக் கதைப் பிரதிகளையும் ஒன்றிணைத்து காட்டுவதான தர்மபால மாவத்த உதாரணம், ஒரு விதி விலக்கான எடுத்துக்காட்டு எனக் கருதமுடியாது. இலங்கையின் மேற்கு, தெற்கு மாகாணங்களின் நகரங்களின் பொதுவெளி எங்கும் இவ்வகையான மாற்றங்கள் ஏற்பட்டு வருவதைக் காணலாம். வீதியின் சுற்று வட்டங்களில் புத்தரின் உருவச் சிலைகள் வைக்கப்பட்டிருக்கின்றன. அழகியல் அம்சங்கள் இல்லாத இச்சிலைகள் அரசாங்க அலுவலகங்களிலும், இலங்கை போக்குவரத்துச் சபையின் அழுக்கடைந்த வாகனத் தரிப்பிடங்களிலும் வைக்கப்பட்டுள்ளன. முன்னர் 'இலங்கை ரேஸ் கிளப்' (Ceylon Turf club) என அழைக்கப்பட்ட களியாட்ட விடுதியின் வாசலிலும், பேராதனை பல்கலைக்கழக வளாகத்தின் புகுவழியிலும், இச்சிலைகள் வைக்கப்பட்டுள்ளன. இவற்றுள் சில பிரமாண்டமான உருவங்களாகும் இவை பௌத்தர்கள் தாம் இழந்த சுயமதிப்பை மீட்டுக் கொள்வதன் குறியீடுகளாக உள்ளன. அவர்களின் சுயமதிப்பு, காலனித்துவ ஆட்சிக்காலத்தில் மிகவும் தாழ்ந்த நிலைக்குச் சென்றது. அதனை மீட்டெடுத்து விட்டதை இச்சிலைகள் பறைசாற்றுகின்றன எனலாம். உதாரணமாக மிக உயரமான சிலையெனக் கூறப்படும் சிலை ஒன்று தென்னிலங்கையின் மாத்தறை நகரில் உயர்ந்து எழுந்து நிற்கின்றது. (உலகின் மிகவும் அழகில்லாத சிலையென்றும் இதனைக் கூறலாம்). வடமேற்கு மாகாண நகரான குருணாகலையில் புரட்டஸ்தாந்து திருச்சபையின் பிஷப் ஒரு எடுப்பான தோற்றம் மிக்க கிறிஸ்தவ தேவாலயத்தைக் கட்டினார். இத் தேவாலயத்தையும் விஞ்சும் வகையில் நெடிய புத்தர் சிலையை அருகேயுள்ள குன்றின் உச்சியில் பௌத்தர்கள் அமைத்துள்ளார்கள். கிறிஸ்தவ மிசனரிகள் காலனித்துவ ஆட்சிக் காலத்தில் பௌத்த வழிபாட்டிடங்கள் உள்ள இடங்களுக்கு அருகாக, இலங்கை முழுவதிலும் கிறிஸ்தவ தேவாலயங்களை அமைத்த செய்கையை இது நினைவுபடுத்துகிறது. இலங்கைத் துறைமுக ஊழியர்களின் பௌத்த கழகம் கொழும்பு துறைமுகத்திற்கு அருகில் பெரிய பீடம் ஒன்றை அமைத்தது. அதன் மீது பிரமாண்டமான புத்தர் சிலை ஒன்றைக் கட்டும் வேலையைத் தொடங்கியுள்ளது. இதன் பயனாக கொழும்புத் துறைமுகத்திற்கு வரும் கப்பல்கள் யாவற்றிற்கும் இச்சிலையின் தரிசனம் கிடைக்கும். இலங்கையின் நகரங்கள் யாவற்றிலும் பொது இடங்களில் பௌத்த சின்னங்களையும், புத்தர் சிலைகளையும் நிறுவும் பணியில் நகரங்களில் வாழும் பௌத்தர்கள் ஈடுபட்டுள்ளனர் என்பது புலனாகின்றது. இது இப்பௌத்தர்களின் உலகியல்சார் நடவடிக்கைகளின் மீதுள்ள ஆர்வத்தையும் வெளிப்படுத்துகிறது. அவுஸ்திரேலிய பழங்குடியினரின் சமயத்தை பற்றி ஆராய்ந்த டர்க்கீம்

(Durkeim) என்ற சமூகவியலாளர் அப்பழங்குடியினரின் குலக்குறியான (Totem) விலங்கு அவர்களின் கொடியில் பொறிக்கப்பட்டிருப்பதை எடுத்துக்காட்டினார். இலங்கையிலும் புதிய பௌத்த (சிங்கள) அடையாளத்தின் குறியீடுகள் பொது வெளி எங்கும் காட்சிப்படுத்தப்படுதல், பௌத்த (சிங்கள) அடையாளத்தின் வலியுறுத்தலாகவே கொள்ளப்பட வேண்டும்.

ஆதாரம்

01) Mahavamsa, trans. by W. Geiger, London : Pali Text Society, 1912.

02) C.W.Nicholas and S.Paranavitana, A Concise History of Ceylon, Colombo : The Ceylon Univerisity Press, 1961.

03) Obeyesekere,

a) "The Great Tradition and the little in the perspective of Sinhalese Buddhism," JAS vol, XXII :2, 1963.

b) "The Buddhist Pantheon in Ceylon and its Extensions," in Manning Nash (ed.) Anthropological studies of Theravada Buddhism, New Haven, N.J.: Yale University Press, 1966.

04) Rajavaliya, Translated by G. Gunasekera, Colombo : Govt. Press, 1960.

05) Ananda Guruge (ed.), Return to Righteousness, Colombo : Govt, Press, 1965.

(அநகாரிக தர்மபாலாவின் கூற்றுக்களாக மேற்கோள் காட்டப்பட்டவை இத் தொகுப்பில் இருந்து பெறப்பட்டவை)

உசாத்துணை நூல்கள்

ஆங்கில நூல்கள், கட்டுரைகள்.

01) Amunugama, Sarath (2016) - The Lion's Roar: Anagarika Dharmapala And The Marking of Modern Buddhism Colombo, Vijitha Yapa.

02) Combrich Richard F. - Theravada Buddhism: A Social History From Ancient Benares To Modern Colombo.

03) Combrich Richard F. and Gananath Obeyesekera (1988) - Buddism Transformed: Religious Change in Ceylon Princeton: Princeton University Press.

04) Obeyesekere Gananath - The Vicissitudes Of The Sinhala - Buddhist Identity Through Time and Change In Roberts. M. (Ed) (1979) Collective Identities Nationalisms And Protest in Modern Sri Lanka, Colombo. Marga Institute - Page 279 - 313.

05) Obeyesekera, Gananath (1984) - The Cult of Goddess Pattini: Chicago: University of Chicago Press.

தமிழ் கட்டுரைகள்:

1. அ. சண்முகலிங்கம் க. - இலங்கையில் பௌத்த சமய மறுமலர்ச்சியும் மாற்றமும்: 1750-1900 (பக்.1-09) (இலங்கையின் சமூக பண்பாட்டு வரலாறு - குமரன் புத்தக இல்லம் (2014) கொழும்பு - சென்னை)

   ஆ. பத்தினித் தெய்வமும் சுனாமியும்: கிழக்கிழங்கையின் பாணமைக் கிராமம் பற்றிய ஓர் ஆய்வு. (பக். 99 - 110) - (இலங்கையின் சமூக பண்பாட்டு வரலாறு - குமரன் புத்தக இல்லம் (2014) கொழும்பு - சென்னை)

   இ. மட்டக்களப்பின் தாய்வழி உறவுக் குடும்ப முறையும் சமூக அமைப்பும். கணநாத் ஒபயசேகரவின் கருத்தாக்கம். பார்க்க. 6 ஆவது அத்தியாயம் கருத்தியல் என்னும் பனிமூட்டம் - வரலாறும் கருத்தியலும் பற்றிய கட்டுரைகள் (2010). குமரன் புத்தகம் இல்லம் கொழும்பு - சென்னை.

2. ஒபயசேகர கணநாத்: "புரட்டஸ்தாந்திய பௌத்தம்" தமிழாக்கம்: க.திருநாவுக்கரசு. பார்க்க. இலங்கையின் சமூகத்தையும் பண்பாட்டையும் வாசித்தல்: தெரிவு செய்யப்பட்ட கட்டுரைகள். இரண்டாம் தொகுதி. பக். 103 - 156
   (சமூக விஞ்ஞானங்கள் தொடர்பான பல ஆய்வாளர்களின் கட்டுரைகள் அடங்கிய இத்தொகுப்பில் கணநாத் ஒபயசேகர றிச்சார்ட் கொம்பிரிட்ஜ் உடன் இணைந்து எழுதிய ஆங்கில நூலின் (1988) ஒரு அத்தியாயத்தின் மொழிபெயர்ப்பு சேர்க்கப்பட்டுள்ளது.) திரட்டு: சசங்க பெரரா. தொகுப்பாசிரியர்கள் தா.சனாதனன், பா.அகிலன்